NHỮNG ĐÊM MƯA

Tiểu thuyết

NHỮNG ĐÊM MƯA

1957

Tiểu thuyết của Linh Bảo

Nhà buất bản Liên Phật Hội, tháng 6/2022
United Buddhist Publisher - California

Thực hiện văn bản: Võ Tá Mỹ Ngọc
Biên tập và trình bày: Nguyễn Minh Tiến
Thiết kế bìa: Họa sĩ Đình Khải

LINH BẢO

Những đêm mưa

NHÀ BUẤT BẢN LIÊN PHẬT HỘI
UNITED BUDDHIST PUBLISHER

MỤC LỤC

Chương 1.
Tương kính như tân

Không hiểu tại sao cái "ngày lành tháng tốt" của Trang và Bình lại rơi trúng vào một buổi chiều mưa. Hay có lẽ đó là "trời sầu đất thảm" giùm cho hai người, vì quả thực trời Hong Kong nếu không đúng mùa thì chẳng mấy khi có một trận mưa kinh khủng và bất ngờ như vậy.

Cả hai cùng nhìn "bức tranh" hôn thú có in hình rồng phụng, hoa lá chim chóc và những dòng chữ bút pháp nắn nót nào là:

"Giai ngẫu thiên thành.
Lương duyên vĩnh đế.
Tình đôn khang lệ.
Nguyện tương kính chi như tân..."

mà ngao ngán.

Bình nhớ đến lời một người bạn kinh nghiệm rất dồi dào về cuộc sống đã nói với anh: "Trong đời người có hai lần sung sướng: một lần lúc cưới vợ, và một lần lúc vợ chết." Vợ thì bây giờ anh đã có rồi đấy, sung sướng hạnh phúc đâu chưa thấy, chỉ thấy bực mình thôi. Và nỗi bực mình thứ nhất là Trang không chịu ký tên thực, tên cúng cơm của nàng vào bức tranh "Giai ngẫu thiên thành v.v..." ấy mà ký cái tên vớ vẩn nàng tự đặt ra trong lúc còn đi "chu du" trong lục địa Trung Hoa cùng một đám lưu lạc du học sinh.

"Thương thuyết" không xong, Bình đành phải nhượng bộ, vì không nhượng bộ thì còn làm gì khác được. Không lẽ bức tranh rồng phụng *"Nguyện tương kính chi như tân..."* vừa ký xong còn chưa ráo mực đã "khai chiến" ngay lập tức?

Anh đành tự an ủi: "Thôi sung sướng thứ nhất trong đời đã không thấy thì đành đợi sung sướng thứ hai vậy!"

Còn Trang, sau khi ký xong, cất "bức tranh" rồng phụng vào tận đáy rương, Trang cảm thấy hình như đã làm một việc ngu vô cùng. Vốn hiểu mình, Trang không dám nghĩ ngợi thêm. Trang biết sau khi làm xong một việc ngu ngốc, muốn cứu vớt, Trang sẽ làm một việc khác ngu hơn. Và nếu không lì ra mà chịu đựng, cứ cứu đi vớt lại mãi, Trang sẽ lạc vào một cái "Ngu ngốc mê hồn trận" nguy hiểm vô cùng vô tận không bao giờ thoát ra được.

Nhắc lại sự kết hợp của Trang và Bình, cả hai đều cho là "đối phương" đã mắc nợ mình từ tiền kiếp; hay trái lại, mình mắc nợ người kia, một món nợ "thiên khối", nói theo tiếng nhà Phật, nghĩa là trả hoài không bao giờ hết. Ai có cách gì để giải thích, an ủi được thì cứ đem ra mà xài.

Trong lúc tất cả các bạn sinh viên cùng một nhóm du học tản lạc mỗi người một nơi, hay nói cho đúng hơn, mạnh ai nấy chạy sau ngày Quảng Châu thất thủ, Trang đã ở lại vừa làm vừa học, níu lấy cái trường phải trèo lên một trăm bậc thang mới đến được lớp ấy, cho đến khi nước không phải đến chân mà gần đến cổ mới bắt đầu nhảy.

Thoát ra khỏi lục địa, Trang đến Hongkong một mình, hành lý quí giá chỉ còn sót lại một cuốn tự vị để gối đầu. Trang tìm được việc làm ngay nhưng lại rất chán với những ông chủ mắt lấm la lấm lét chỉ rình vợ đi vắng là chớt nhả. Trong lúc Trang sợ những hàm răng giả, ngán tính khó chiều của những bà khách sang trọng, Trang thấy bơ vơ cô độc, Trang đang cần một người bạn, một tri kỷ để săn sóc, an ủi và thương yêu, thì Bình đã đến đúng lúc. Vì thế, khi Bình vỗ ngực "xung phong" tình nguyện xin "săn sóc suốt đời", Trang rơi ngay vào cái bẫy tình cảm.

Nhưng sau lúc làm vợ Bình rồi Trang mới ngã ngửa ra, vì nhận thấy có những trái cây trông bên ngoài vỏ thì ngon lành thơm tho, lúc nếm thử mới biết là chua, chát, đắng, đủ cả. Nàng trở lại thành một người bạn an ủi Bình, một người khán hộ săn sóc Bình, vì Bình ngoài tính nết đặc biệt khó chiều đến gia đình anh cũng kêu trời, lại còn thêm chứng bệnh đau dạ dày kinh niên.

Ai bảo Bình nhút nhát, vụng về không hoạt bát miệng lưỡi, thực ra anh cũng có "ngón" của anh. Bình đã từng nói được một câu "bất hủ" và tuy chỉ mới "ra chiêu" có một lần thôi cũng đủ làm hại cuộc đời anh, kèm theo đời một người khác nữa: *"Anh không giàu, không sang, nhưng anh có một tấm lòng. Nếu em thấy tình yêu chân thành của anh đủ làm cho em sung sướng thì anh sẽ ở bên cạnh em, thương yêu và săn sóc em mãi mãi..."*

Thực ra đó là một câu đã lỗi thời, có lẽ nó được phát minh ra từ đời Trọng Thủy, Mỵ Châu. Một câu chỉ nên đem vào Bảo tàng viện để cho người đời sau chiêm ngưỡng chứ không còn đúng với thực tế nữa! Nhưng quái lạ, người phụ nữ nào nghe câu ấy cũng thấy ngọt như mía lùi. Người nào cũng tưởng là một câu thần chú "mới ra lò" còn nóng hôi hổi, một "sáng tác" mới mẻ mà tác giả chỉ để dành riêng cho mình. Thành ra cái câu nói cổ điển muôn đời, xưa rích xưa rang, vẫn còn là một mũi tên bá phát bá trúng.

Trường hợp của Trang, không những đã trúng lại còn là một vết thương chí mạng nữa. Sinh trưởng trong một gia đình quan lại, Trang đã có dịp thấy một vài mặt trái của cái giới mà đời cho là sang quý, thấy cảnh "gia đình hạnh phúc" miễn cưỡng được che đậy bằng phong tục lễ nghi. Vì thế, Bình với dáng người thanh nhã, với cử chỉ lịch sự, với sự quan tâm săn sóc chân thành, với vẻ mặt thật thà của những kẻ hình như suốt đời chỉ biết trung thành. Bình với một câu nói thốt ra đúng *"thiên thời, địa lợi, nhân hòa"*, anh đã thành công.

Thế là Bình cưới vợ. Là một công chức, có vợ, anh được thêm một phần lương phụ cấp, được xếp hàng đặt thuê một gian nhà khu chung cư vừa tốt vừa rẻ, có vợ nấu cơm, giặt áo, tính sổ chi tiêu, lo trả các món nợ gần, nợ xa, lo giật tạm lúc cuối tháng túng tiền tiêu những món cần.

Còn Trang phải gánh thêm cái gánh gia đình của hai người tạo ra mà Bình đã "thân tặng" gần trọn cả gánh cho nàng. Trang ngày ngày vẫn đi làm với những thất vọng mới "phát giác" ra được, và càng ngày càng nhiều. Có chồng Trang chỉ đỡ phải mua một chiếc chăn bông mùa đông năm ấy, còn "tấm lòng" của Bình hứa hẹn nàng tìm hoài không thấy đâu cả!

Lúc đã chung sống, hai người đều rất thực thà, và lúc ấy cả hai mới thấm thía hiểu rằng định luật "hai luồng điện khác nhau thì hút nhau" là rất đúng vậy.

Trang dễ tha thứ thì Bình quá cố chấp. Trang ưa mỹ thuật, âm nhạc, văn chương, hoạt động thì Bình nghiêm trang khắc khổ như một ông cụ già. Trang thích bè bạn, Bình không bao giờ chịu chơi với một người bạn mới. Trang thích tìm tòi nghiên cứu, xem sách báo, học hỏi, thích tất cả mọi thứ, Bình trái lại không thích gì cả. Bình mãn nguyện với cuộc sống bình an hiện tại. Đi làm về ngủ, ăn, chơi nếu không ốm. Cuộc sống của một người chịu yên phận, không ham muốn, không ao ước. Nỗi băn khoăn của Bình rất giản dị: đi đâu chơi? ăn gì ngon? làm gì vui?...

Thấy Bình miệt mài trong đám mã chược với chúng bạn mãi, Trang phàn nàn và khuyên Bình sao không lợi dụng lúc còn trẻ tuổi nghiên cứu một thứ chuyên môn để mai sau "nở mày nở mặt" với đời, Bình bèn xung phong đi đánh cá ngựa!

Ngày đêm anh ra công nghiên cứu con Bạch Mã, con Tuyết Hoa, con Mỹ Liên v.v... con nào một phút chạy bao nhiêu thước, trời mưa, trời nắng, kỵ sĩ nào cưỡi, thành tích khác nhau thế nào. Thấy Trang không bằng lòng anh bảo:

- Em bắt anh nghiên cứu thì anh "nghiên cứu" rồi đấy, còn đòi gì nữa! Anh đã tuân lệnh em "dồi mài kinh sử", "Mã kinh" cũng là một thứ "kinh", em còn muốn bắt anh làm gì hơn?

Rồi Bình dỗ dành Trang;

- Em phải biết đàn bà sung sướng nhất đời là có được một người chồng... tầm thường! Anh không giàu, anh không có danh vọng, và cũng không có tài năng gì đặc biệt cả, nên anh mới có thể là một người chồng của gia đình. Anh đã không giỏi, lại chẳng có một tí ti tài hoa nào nên mới còn là người của em. Nếu không, em cứ thử tưởng tượng xem, ví dụ anh là một nhạc sĩ, văn sĩ, thi sĩ, họa sĩ, hay là một cái gì gì "sĩ" trứ danh, một "đại nhân vật" chẳng hạn, anh trình bày, biểu diễn, danh tiếng anh nổi như cồn...Lúc ấy hàng trăm nghìn "cô đẹp" sẽ ngày đêm vây chung quanh anh, anh sẽ đắt như "tôm tươi". Hừ, lúc ấy xem em có khóc ngấm khóc ngầm không! Thực là có phúc không biết hưởng!

- Nhưng tại sao đi đâu em cũng cứ phải thui thủi một mình, ai mời anh cũng không chịu đi với em. Người ta có quí mình mới mời, và ở đời phải có đôi chút liên lạc với chúng bạn, bà con, nếu anh muốn cô độc không chơi với ai cả thì tốt hơn lên núi làm ẩn sĩ!

- Thế tại sao những lúc anh đi em lại không chịu đi với anh?

- Anh chỉ đi đánh cá ngựa và mã chược, em không có hứng thú! Bạn anh cũng chỉ là bạn mã chược, em ngửi không vô!

- Còn quí vị bạn đồng hương của em thì giàu sang, nhưng đứng cách xa ba cây số đã ngạt mùi tiền hôi rình, anh cũng ngửi không vô! Từ ngày em có việc làm tốt, lương cao, hội họp với đồng hương giàu, anh hết hứng. Chẳng thà anh chơi với những thằng bạn nghèo, ít chữ mà đầy nghĩa khí của anh, còn hơn là một bụng triết lý, thừa tiền, thừa chữ mà... nhìn người chỉ... nửa con mắt! Em còn nhớ hồi em còn ở Âu Châu trọ nhà Bà Năm không? Bà "tốt" lắm, mời em đến ở chung cho đỡ quạnh quẽ, bạn gái hôm sớm có nhau! Bà mượn tạm của em mấy nghìn đô, và sáu tháng sau bà nhẹ nhàng... mời em ra khỏi cửa, nói rằng chủ có vấn đề đòi nhà không bán nữa. Em cuốn gói đi tay không, còn bà thì kết quả vẫn ở lại gian nhà sang trọng rộng mênh mông. Tiền của em chung đặt mua gian nhà thì cố nhiên nó "kẹt" trong túi bà ấy suốt đời! Đấy, những nhà "học giả" như thế thì em thích giao thiệp lắm phải không? Phải, nói chuyện thông thái lắm, thú vị lắm, nhưng chơi cho cú nào cú nấy cũng đau lắm! Anh là người giản dị, anh không thích tìm những cái thú kích thích nặng đến như thế!

Bình ngừng một giây nói tiếp:

- Em cũng nên an phận đi em ạ! Sự thực trên đời này em đi khắp thế giới cũng không tìm đâu ra một người chồng "quí hóa" như anh. Vừa bệnh vừa tật! Với cái bệnh đau dạ dày kinh niên, anh rất cần nghỉ ngơi, anh không bao giờ dám chơi bời nhảm nhí, vung phí sức lực bừa bãi, bắt em phải "đêm khuya đối bóng đèn tàn" nhé! Với đôi ta lãng sơ sơ, các bạn anh không còn ganh tị vào đâu, anh cũng chẳng có một tí ti tài hoa nào để thiên hạ thù ghét anh, làm hại anh, mong dìm tài năng của anh xuống. Cả đến Trời cũng chịu thua không còn áp dụng được câu "chữ tài liền với chữ tai..." mà gây ra tai nạn cho gia đình ta. Anh sẽ sống lâu trăm tuổi, em sẽ khỏi bị góa bụa lúc nửa chừng xuân.

Trang hậm hực:

- Em vẫn có cảm tưởng là em bị lừa.

Bình cười to:

- Em thực quá ngây thơ! Những người thực sự lừa em thì em cho là không phải người ta lừa, người ta vẫn "tốt vô cùng"! Còn anh, anh thành thực với em thì em lại bảo là anh lừa. Chính em đã từ chối tất cả những người mà em bảo là "giá áo túi cơm" là hôi tiền là rỗng tuếch để làm vợ anh. Đó là do sự phán đoán "cao minh" của em. Khiếu thẩm mỹ cũng như chọn món ăn, mỗi người mỗi ý thích. Ví dụ cũng đồng thời là cặn cà phê mà cặn trong bình thì đắng, cặn trong cốc thì ngọt, anh tưởng em... thích của đắng. Em chọn anh nghĩa là em thích và bằng lòng chấp nhận tất cả những cái gì "đặc biệt quí hóa" của anh, và cả cái "bất tài vô nghề" của anh nữa chứ! Em phải biết tục ngữ Trung Hoa có câu "Chẳng cầu gì cả, chỉ cầu cho chồng bất tài và đừng phát đạt". Nếu không thì những người nữ trong thiên hạ sẽ tranh giành, xâu xé để chiếm cho được một chút xíu anh. Em thấy chưa, khi chồng phát đạt thì không còn là chồng của mình nữa. Biết bao nhiêu công nương, tiểu thư ngày đêm thắp hương chỉ cầu nguyện được có thế.

Trang nghe cái lý luận "bất hủ" của Bình rất uất ức mà không biết trả lời ra sao cho phải, nghĩa là cãi không lại anh.

- Nhưng anh phải nhận là anh có lừa em một phần nào. Lúc xưa anh bảo rằng anh ăn gì cũng được. Anh sẽ ăn mọi thứ em ăn rất ngon lành. Thế mà bây giờ rau không ăn, hành tỏi không ăn. Cơm dọn lên thì chê món này nhiệt, món kia hàn, món nọ táo, món kia thấp, rau kia độc.. đến

Phật cũng phải kêu trời! Lương anh thử tính xem được bao nhiêu mà không chịu ăn uống giản dị một chút. Em làm tháng nào lương cũng thâm hết vào tiền chợ không còn dư để mua sách báo hay trả tiền học thêm, bao nhiêu cũng tiêu toàn chuyện nhà của anh hết!

- Ơ hay! Sao lại nhà của anh? Nhà của em chứ! Tất cả đồ đạc trong nhà này là của em sắm và cả... anh cũng là của em nốt! Tất cả đều thuộc quyền sở hữu của em, em có thể tùy nghi sử dụng, cho mượn, cho thuê, hay bán theo ý em muốn. Nếu em cho anh ăn ngon, anh béo ra thì càng... vẻ vang cho em chứ sao! Chó béo còn đẹp mặt chủ nhà nữa là...

- Lại còn người ở nấu, anh không chịu ăn, bắt em đi làm về còn phải đâm đầu vào bếp!

- Nào anh có dám bắt em bao giờ! Em dạy quá lời, nói thế anh tổn thọ chết!

- Nhưng trông thấy cái bộ mặt anh ngồi vào bàn ăn như... khỉ ăn gừng thế kia ai chịu nổi!

Bình vẫn nhơn nhơn như không:

- Thì dù sao em vẫn là gái của cái nước sản xuất những người đàn bà nổi tiếng "Quanh năm buôn bán ở mom sông" kia mà! Người ta lại có những năm con kia đấy!

- Nhưng cái ông chồng người ta o bế là một ông Trạng Nguyên tương lai!

Bình xuống nước năn nỉ:

- Nào em tôi muốn gì tôi xin chiều tất cả. Anh chỉ xin em một điều là đừng bỏ anh tội nghiệp!

- Anh cũng biết sợ ế vợ sao?

- Ế thì không đến nỗi, nhưng anh biết kiếm đâu ra một người như em! Người thông minh ai thèm lấy anh, người ngu mà không xinh thì anh cũng không chịu!

- À thì ra điều kiện của anh là vừa xinh vừa ngu!

- Không cần ngu lắm, như em thôi cũng đủ. Nói dại chứ nếu em lỡ trúng phong, trúng gió mệnh hệ thế nào, anh có cơ hội cưới vợ khác thì anh sẽ chọn một cô... hừ hừ...

Bình dơ tay vẽ lên không dấu hiệu một thân hình tuyệt mỹ.

Trang bỗng nhiên nói sang chuyện khác:

- Em sẽ mua một tấm gương lớn.

Bình ngạc nhiên:

- Chỗ đâu mà để?

- Em đính ngay vào cái cửa lớn ra vào này.

- Em điên đấy à? Diện vừa vừa chứ! Những món không cần thì...

- Em biết rồi, anh khỏi dạy em môn tiết kiệm, từ ngày làm vợ anh em biết đi bộ hàng mấy cây số, biết hai tay xách hai giỏ đi chợ, biết giặt đồ tây, biết là áo quần như hiệu, đủ cả. Nhưng món này cần lắm, cần cho anh chứ không phải cần cho em.

- Cần cho anh?

- Chứ sao. Vì nói dại lỡ em có trúng phong trúng gió, thế nào anh sẽ cần dùng đến. Anh có biết câu chuyện anh chàng đi kén vợ không?

- Không, em kể đi, anh cũng muốn biết để thêm kinh nghiệm và giữ làm tài liệu có thể sau này có cơ hội cần dùng đến.

- Chuyện như thế này, một Công ty nọ chuyên môn giới thiệu hôn nhân. Có một anh chàng như anh, giống từ tính tình, dáng người, nghĩa là tất cả mọi thứ, như khuôn đúc từ tinh thần đến vật chất y hệt như anh vậy.

- Ừ, thôi anh hiểu rồi, ý em muốn ám chỉ anh. Nói đi!

- Anh ta không dốt lắm, vì khi ai nói ám chỉ đến mình thì hiểu ngay. Anh ta tìm đến Công ty, vào một cái phòng thấy có tấm biển đề câu hỏi "Anh muốn cưới vợ giàu hay vợ nghèo". Cạnh đấy có hai cánh cửa một cánh đề chữ vợ giàu một cánh đề chữ vợ nghèo. Anh ta vào cửa vợ giàu.

Đến một gian phòng khác lại có hai cửa đề vợ đẹp hay vợ xấu. Anh ta chọn vợ đẹp. Vào phòng khác thấy đề bố vợ có giúp đỡ hay không. Anh chọn có giúp đỡ.

Vào phòng khác thấy hỏi vợ có học hay không có học, anh ta chọn có học.

Vào phòng khác thấy đề vợ hiền lành hay hung dữ, anh ta chọn vợ hiền v.v... Sau khi qua độ hai chục cánh cửa với những câu hỏi về điều kiện của vợ như thế, cuối cùng anh vào đến một cái phòng chỉ có một tấm gương soi thực lớn và tấm bảng đề: "Anh thử soi kỹ thân hình anh xem".

- Thế nghĩa là...

- Nghĩa là em mua sẵn gương, anh có thể xem ngay ở nhà khỏi phải đi qua hai mươi lần cửa mà kết cục cũng chỉ để soi cái thân hình vào gương!

- Anh xin "lĩnh giáo" câu chuyện của em, nhưng em cũng phải biết rằng em có nhiều nghệ sĩ tính lắm. Mà ai giây vào với cuộc đời nghệ sĩ cũng khổ. Làm chồng, hay làm vợ nghệ sĩ là khổ, làm con cũng khổ mà có khi cả chó mèo của nghệ sĩ cũng khổ nữa! Em tưởng anh sung sướng lắm sao! Anh chỉ cần một người vợ không phải là nghệ sĩ chỉ biết lo cơm nước cho chồng con, đánh mã chược với chồng ngày chủ nhật, săn sóc nhà cửa là đủ rồi. Còn em, em luôn luôn để tâm hồn ở trên mây, em đòi hỏi rất nhiều hiểu biết, đòi phân tích tâm hồn, tìm hiểu chuyện đời... em làm anh chạy theo cái tâm hồn em gần hụt hơi. Anh như người thợ trong xưởng máy, chỉ cần một chiếc áo vải bố mặc rất bền để có thể ngồi la lết đâu cũng được, thì chủ phát cho anh một bộ áo nhung, bắt anh phải giữ gìn từng ly từng tí mệt vô cùng. Chiều được em cũng không phải dễ!

Quả thực Bình nói đúng, Bình chỉ cần một cái áo vải bố để tiện xài xể, mà anh lại vớ được một cái áo nhung. Nhưng không phải vì thế mà anh trân quí, trái lại anh chỉ thấy không thích hợp vì không tiện dùng trong công việc cần phải lăn lóc, bò la bò lết.

Bình cần một người đàn bà giản dị nhất đời, thì trời xui anh gặp một người vợ rất thiếu giản dị. Nhưng dù sao Bình cũng chấp nhận những trái ngược của Trang để bù đắp những lúc Trang phải chịu đựng cơn "đồng bóng" của anh.

Hai người cùng đầy những sở trường sở đoản, có nhiều lúc đáng ghét và cũng có lúc đáng yêu. Lúc yêu họ vui lòng quên hết giận hờn, và lúc "dàn mặt trận" thì chẳng ai còn nhớ đến cái đáng yêu của ai cả.

Nhưng có một "hiến pháp bất thành văn" đã được tuân theo triệt để là không đánh nhau, không ném chén bát, không mắng chửi những câu thô tục, hay nói động đến quê hương, tôn giáo, tổ tiên, ông bà, cha mẹ. Và phải chăng đó là bí quyết vì sao hai người đã chịu đựng được nhau, cả hai cùng thấy "đối phương" dù sao cũng vẫn là con người lịch sự. Hay ví dụ một cách khác, nếu mỗi lần cãi nhau là một vết thương, thì cả hai người đều thâm tím đầy mình, nhưng không có một vết nào "chí mạng" để đổ vỡ tan tành.

Chương 2.
Con đầu lòng

Lúc Trang cảm thấy một sinh mệnh tí hon sắp đến, thì hình như không khí trong tiểu gia đình của nàng có một đám mây đen bao phủ. Bình đổi tính đâm ra cáu kỉnh bất cứ vì một chuyện gì nhỏ mọn không đâu. Hình như tất cả những cái khó chịu, gắt gỏng, nói tóm lại là tính ốm nghén khó chiều của đàn bà đều tập trung cả nơi anh, làm Trang tưởng người đang "ốm nghén" chính là anh chứ không phải Trang. Tính Bình bỗng thay đổi bất thường, có khi sáng chiều không giống nhau, Lắm khi đang tử tế bỗng dưng Bình gắt gỏng hất hủi Trang một cách vô cớ. Dần dần Trang thấy tinh thần nàng hơi suy nhược và sức khỏe kém sút đi nhiều. Khi Bình âu yếm dịu dàng nàng cũng nghi ngờ ngày mai, tối nay hay có khi chỉ vài phút sau không biết Bình có còn tử tế như thế hay không?

Trang không được hưởng những sự săn sóc âu yếm của chồng khi nàng mang thai như tất cả những người đàn bà khác. Bình cũng biết thế nhưng anh không thể kiềm chế được mình khi nổi cơn gắt gỏng. Bình chưa muốn làm cha, anh chưa muốn gánh trách nhiệm nặng nề mà có lẽ anh biết mình chưa đủ tư cách. Nhưng dù muốn hay không cũng đã thành sự thực, khi bụng Trang càng ngày càng lớn thì anh thở dài chịu thua.

"Bắt không được, tha làm phúc", Bình đành phải gánh lấy cái bổn phận mà anh không thích tí nào ấy. Bình vốn chỉ định lấy vợ để có thêm một phần lương phụ cấp vợ, một phần lương vợ đi làm, giá được mãi mãi như thế thì còn gì thú bằng. Cuộc sống thực phong lưu sung túc, và tự do biết bao! Có bao giờ anh nghĩ đến chuyện sinh ra một đám trẻ con để chúng nó mếu máo, nheo nhóc, khóc la suốt ngày đêm, và nhất định sẽ tranh mất ngày giờ của mẹ nó vốn là của anh tất cả. Nhưng bây giờ anh đành phải nhận, vì không lẽ lại đi kiện ông Trời?

Bình nghĩ thầm:

- Thôi "trời cho" thì đành vậy! Với lại hai đứa con đầu tiên sẽ có thêm lương, còn những đứa sau không có lương con thì sẽ thôi không đẻ nữa.

Tìm được "lối thoát" Bình thấy như trút được gánh nặng. Anh bớt gắt gỏng và vui vẻ tìm lại mọi thú giải trí như cũ. Đến lúc ấy anh mới nhận thấy Trang gầy và xanh. Anh vội vã làm bổn phận người chồng đi mua về một lố nào là dầu cá, sinh tố B, calcium v.v... những thứ thuốc bổ mẹ bổ con chất đầy ngăn kéo. Nhưng Trang chưa kịp hưởng sự săn sóc của chồng kể từ ngày nàng bắt đầu mang thai, chưa kịp tẩm bổ một chút thuốc gì của chồng mua về thì đã thấy đau lưng.

*

Một buổi tối Trang và Bình đi xem chớp bóng về. Trang bỗng thấy trong người nôn nao khó chịu. Nàng chỉ muốn được gục đầu vào lòng Bình nũng nịu, để cho tiêu tan những cảm giác u uất kỳ quái trong lòng, những cảm giác lạ lùng không biết từ đâu đến. Nàng cảm thấy cần một sự an ủi âu yếm, nhưng trái lại mặt Bình vẫn lạnh như băng:

- Này, lấy ở chỗ nào nhớ để lại chỗ ấy!

Đang bực tức, Trang càng thấy bực tức thêm:

- Vâng, vâng, em biết rồi! Chỉ độc có một câu ấy, nói đi nói lại mãi hàng trăm lần không biết chán!

Bình khoanh tay đứng nhìn Trang, nhìn cái áo nàng mới cởi còn để ở giường, lại nhìn đến đôi giày se sẻ lắc đầu.

Trang bắt chước giọng Bình:

- Còn đôi giày nữa. Lấy chỗ nào lại để vào chỗ ấy!

- Anh có nói gì đâu! Anh chỉ yêu cầu em một điều là...

Bình hơi mỉm cười:

- Nói ra thì em lại bảo nhàm tai. Em lấy cái gì ở chỗ nào lại cất nguyên vào chỗ ấy thế thôi!

- Đằng nào em cũng phải cất, nhưng hãy để thong thả cho em thở một tí đã chứ! Đi về mới cởi ra thì cũng cho nó hả hơi một chút, không cất vào tủ thì cất vào đâu! Nhà thì chỉ bé bằng cái...lỗ mũi!

- Vì thế nên anh mới thích xếp cho nó thứ tự.

- Em đã bảo đằng nào cũng phải xếp, nếu không thì để chân vào đâu? Nhưng em thích tung ra đấy xong rồi thong thả xếp dọn lại. Em thấy thú vị như thế.

- Nhưng như thế thì mất nhiều thì giờ lắm. Nếu em cởi áo ra xong treo ngay lên mắc áo. Thay giày xong cho ngay vào hộp, ví lại cất vào tủ có phải gọn gàng không? Và lại kinh tế nữa! Tiết kiệm thì giờ cũng là kinh tế đấy.

- Nhưng mà em thích...

- Nhưng cái phòng bé nhỏ này không tiện cho em có những ý thích như thế!

- Có hại gì cho ai không? Vậy sao anh không thuê một căn phòng to hơn?

- À thì ra em bảo anh nghèo! Sao em không sớm nghĩ ra? Sao em không lấy một ông trọc phú, ba cằm, bụng phệ, có phải là em có bao nhiêu ý thích ngông cuồng đến thế nào cũng được chiều tất cả không? Thỉnh thoảng buồn buồn lại kéo đầu chồng ra.. nhổ tóc bạc. Thú lạ!

Bình nói xong lên giường nằm quay mặt vào tường vờ ngủ.

Trang cảm thấy vừa tủi vừa buồn. Nàng xếp dọn xong muốn tìm một chỗ ngồi yên một mình nhưng không có. Giới hạn của nàng chỉ ở trong gian phòng bé nhỏ này thôi. Ra khỏi phòng là đến phòng bà Ba chủ nhà, bà ở một mình nên chia bớt một phòng để nhẹ bớt tiền thuê. Trong khi chờ đợi căn nhà ở khu chung cư, Bình thuê ở tạm và đã bị bắt chẹt bằng một cái giá rất lạ lùng là phòng của Trang và Bình bé bằng một nửa phòng bà nhưng phải trả hai phần ba tiền nhà, Bà tuy ở rộng hơn nhưng tính đầu người thì chỉ có một người nên chỉ chịu một phần phí tổn.

Nếu bà Ba thấy Trang ra ngoài giờ này với bộ mặt rầu rầu muốn giấu cũng không thể nào giấu nổi, bà sẽ đoán biết hai người vừa cãi nhau xong. Thế nào bà cũng vênh mặt lên nói:

- Đấy, tôi đã bảo mà! Cứ ở một mình như tôi có phải thanh nhàn biết bao nhiêu không! Thực là tự do sung sướng, không bị ai quản thúc, bẻ hành bẻ tỏi gì cả.

Nhưng sự thực bà có sung sướng không, Trang nghi ngờ lắm. Năm nay bà năm mươi tuổi và to béo một cách kinh khủng. Béo đến nỗi bà không dám ăn một món gì ngon hay có chất bổ, sợ dư huyết chết lúc nào không biết. Bà nhận mẹ Bình làm mẹ nuôi để có gia đình đi lại thăm viếng cho vui, vì ngoài gia đình Bình ra, bà không còn một ai bà con thân thích nữa.

Hồi xưa, lúc cha mẹ còn sống có nuôi một vú em săn sóc bà, bà vú ấy cũng độc thân, và cho đến bây giờ vẫn còn săn sóc bà, thương bà như con; hơn nữa bà vú đi làm bếp, mỗi tháng còn chia cho bà một nửa lương để chi tiêu. Ngoài ra bà còn nhận làm mẹ đỡ đầu cho mấy cô con gái của những bà bạn giàu. Mỗi tuần mấy cô con thay phiên nhau đến thăm bà một lần, ăn một món gà hay thỏ chưng với các món thuốc bắc, lúc ra về thế nào cũng dúi cho bà ít tiền.

Nhờ thế bà sống rất phong lưu, suốt ngày công việc của bà chỉ trồng tưới và săn sóc vài luống rau cho thỏ ăn. Bầy thỏ và bầy gà bà nuôi lúc nào cũng sẵn sàng nằm chung với những gói thuốc bắc để tẩm bổ cho những cô con gái hờ.

Thỉnh thoảng bà theo các xe giảng đạo đi về vùng quê hội họp dân chúng khuyên người ta nên tin theo chúa Giê Su. Mấy chục năm trời sống vất vưởng như thế bà tin rằng đã hy sinh cho một mục đích cao cả, và tự cảm thấy mình là người sung sướng nhất đời.

Trang nhìn ra ngoài thấy bà đang quì bên cạnh giường cầu nguyện một cách thành kính. Trong lúc này Trang thấy có lẽ bà sung sướng thực. Bà thường nhắc nhở rằng trong đời bà chỉ yêu một mình Chúa, và chắc chắn rằng Chúa sẽ không để cho bà phải khổ như người trần gian với những thứ tình ích kỷ ở trần gian.

Trang thấy quẩn chân quá nhưng không thể nào làm khác được, càng bực bội vô cùng. Giá trời không mưa nàng sẽ ra sân cỏ ngồi nhìn trời nhìn mây. Ngồi cho đến khi Bình phải ra dỗ dành nàng vào nhà, nhưng bây giờ trời mưa, ra sân ướt bị ốm thì khổ thân.

Không làm sao được, Trang phải lên giường mở đèn ra đọc sách. Một lúc lâu vẫn không thấy Bình phản đối như thường lệ Trang càng bứt rứt khó chịu hơn.

Trang tung chăn Bình đắp ra hỏi:

- Ngủ say rồi à?

- Ừ.

- Ngủ say mà còn trả lời được.

- Hôm nay làm gì có trăng đẹp!

- Trăng đẹp thì làm sao?

- Có trăng đẹp mới kiếm chuyện cãi nhau cho vui chứ sao!

- Nếu có trăng đẹp thì em đâu có gây anh làm gì!

Bình như tỉnh hẳn ra:

- Có trăng đẹp thì em lại ra sân cỏ ngồi cho đến khi lạnh cóng, vừa ho vừa hen, vừa sổ mũi phát sốt phát rét lên mới chịu vào phải không?

- Cũng chưa vào đâu!

- Phải, nếu anh không ra triệu em vào thì em sẽ ngồi lì cho đến sáng mai, em sẽ chết cóng ngoài sân, cảnh sát sẽ đến bắt anh, bảo là anh ngược đãi và mưu sát em phải không?

- Sợ không chết được mới phiền chứ!

- Ý em định bảo anh không chạy nổi tiền thuốc cho em chứ gì.

- Đại khái cũng gần như thế!

Trang bỗng ôn tồn:

- Này, anh sắp được lên chức rồi!

- Anh mà lên chức thì có họa là... kiếp sau! Công việc anh làm rất giỏi chỉ phải cái không biết nịnh ai cả. Còn lắm cậu dốt như bò mà bợ giỏi thì bay vùn vụt! Đời là thế!

- Em cam đoan từ giờ cho đến cuối tháng thế nào cũng được lên chức.

- Anh đã bảo là em cứ đợi đến kiếp sau may ra...

Trang tinh nghịch:

- Không, dù sao anh vẫn cứ lên chức như thường. Anh sẽ lên chức papa!

Bình cười:

- Ừ nhỉ, giá em bắt chước chị Nhâm mỗi năm một đứa thì cái phòng này sẽ lúc nhúc như một cái tổ chuột.

Trang không trả lời, nàng chỉ lấy tay xoa bụng, rơm rớm nước mắt.

- Em đã sắp sẵn những thức cần dùng chưa?

- Thức gì cơ.

- Áo, tã, khăn gì gì ấy mà!

- Mẹ đem đến một bọc quần áo cũ, em đã xé ra giặt cẩn thận rồi. Khăn bông thì hãy dùng hai cái khăn tắm đỡ tạm thời. Áo ấm em đã bắt đầu đan một cái áo len xinh lắm anh à.

- Thế em đan đến đâu rồi?

- Một cánh tay.

Trang vẫn ngây thơ:

- Len của chị Châu cho. Len thừa ấy mà, nhiều màu lắm nhưng khéo chắp thì cũng đẹp. Em sẽ đan dần mũ và bít tất.

Bình ngần ngại:

- Thế bao giờ...

- Độ hai mươi hôm nữa. Bác sĩ tính phỏng chừng như thế, nhưng cũng có thể sớm hơn.

- Nếu sớm hơn thì em sẽ làm sao? Con chỉ có một cánh tay áo...

Bình nói xong cười sằng sặc:

- Trời ơi, vợ tôi có những chín tháng mười ngày để sắp đặt mà... rồi cả nhà thương sẽ nói với nhau...

Trang cũng cười:

- Anh đừng lo chị Vinh hứa cho em một tá áo lót mình.

- Thế em định sinh xong viết thư báo cho chị ấy biết. Chị ấy sẽ đi mua một tá áo lót mình gởi sang. Cho rằng chị ấy nhiệt tâm lắm thì thư đi thư về cũng hết hai tuần. Trong khi ấy thì con sẽ ở trần ra đợi phải không? Rét tháng hai, tuyệt em nhé!

Bình ngừng một lúc hỏi tiếp:

- Còn phần em đã sắp đặt xong chưa?

Trang hớn hở trả lời:

- Em đã mua một cái áo nịt bụng rồi anh ạ. Ở đằng trước có bốn miếng thép để cho bụng sát, thứ này tốt mà lại rẻ chỉ có...

Bình gạt đi:

- Thôi, em khỏi tính tiền. Đàn bà có bao giờ làm toán chi tiêu đúng đâu! Chồng giàu thì nói thêm, chồng nghèo thì nói bớt cho chồng đỡ... xót ruột. Anh muốn hỏi em những thứ bông, băng, thuốc tẩy độc, gừng, rượu gì gì ấy mà!

Trang ngẩn người ra:

- Em làm sao biết được những thứ ấy!

- Hỏi người ta chứ! Em hỏi chị Châu xem. Chị ấy ba con rồi khối kinh nghiệm. Em phải hỏi kỹ xem lúc gần sinh thì có những triệu chứng gì để còn liệu mà đi nhà thương.

- Em đã hỏi rồi. Chị ấy bảo lúc chuyển bụng đau dữ lắm, đau ghê gớm, đau không thể tưởng tượng được!

Bình thở dài, im lặng một lúc bảo:

- Em sinh thì phải nghỉ không đi làm được.Em ở nhà lo cho con. Để anh kiếm chỗ dạy thêm Anh Văn ban đêm em nhé!

Trang lắc đầu:

- Thôi anh ạ, đến đâu hay đấy. Mỗi tháng thêm được ít nhiều, không bù vào được tiền thuốc tẩm bổ cho anh đâu! Người anh thì đã.. Oméga như thế này! Giá anh đừng đi đánh mã chược, cá ngựa là em bằng lòng lắm rồi. Em không cần giàu lắm đâu!

Bình buồn rầu trả lời:

- Cá ngựa giống như cái hy vọng vượt ngục của người tử tù, hy vọng rất mong manh nhưng nếu không liều thì chỉ đợi chết.

- Em không nghĩ như thế. Anh ví có thể đúng với người tử tù, nhưng chúng ta có phải là tử tù đâu! Chúng ta chỉ hơi thiếu một ít thôi, nhưng nếu cần kiệm, tìm hiểu học hỏi thêm, trau dồi tri thức biết đâu mai kia, anh có cơ hội được thăng lên chức vụ cao hơn. Vả lại chúng ta còn trẻ, còn khỏe mạnh, còn làm việc được thì cần gì phải đi tìm cái thú giải trí của những người giàu sang, hay là người tử tù ấy. Sở anh làm có luật lệ rõ ràng, tăng lương hàng năm, Lại còn lương vợ lương con, Cái nhà chúng ta xin chắc sắp hàng cũng gần đến lượt chúng ta rồi. Ai bảo đó là không khí tử tù?

- Nhưng anh buồn lắm!

- Bộ anh tưởng em vui sao?

- Thôi đừng nhắc nữa em!

Đó là tính đặc biệt của Bình. Bình biết là mình trái nhưng không muốn ai nói đến, và cũng không muốn sửa đổi. Anh vẫn cứ làm theo ý thích và không muốn ai nói động tới.

- Trời mưa đấy anh ạ. Em ướt cả vai.

Bình tung chăn ngồi dậy đóng cửa sổ, gắt:

- Chỉ có việc với tay lên đầu đóng cánh cửa cũng lười. Bộ em mệt lắm sao?

- Hôm nay đi làm về em còn phải giặt bao nhiêu là áo quần, quần tây của anh nặng lắm, lần sau đưa tiệm em không giặt nữa đâu!

- Thế trong người em bây giờ ra sao?

- Nhức mỏi đau lưng, đau không thể tưởng tượng được!

Bình hoảng hốt:

- "Đau không thể tưởng tượng được"? hay là...

Rồi anh lẩm bẩm một mình:

- À, không phải, đau lưng chứ không phải đau bụng. Để anh thoa dầu cho.

Bình lấy chai dầu bóp đổ vào tay, nhưng anh chỉ mới xoa xoa mấy cái mắt đã thấy nặng, anh nhắm mắt lại và dần dần buông tay ngủ thiếp đi.

Trang kéo chăn đắp cho Bình và tò mò ngắm kỹ nét mặt chồng trong lúc ngủ. Vẻ mặt Bình khác hẳn trong mỗi trạng thái, lúc Bình vui vẻ trông rất thực thà có vẻ tin cậy được, lúc giận dỗi thì lầm lì đến phát ghét, hỏi gì cũng không trả lời, đã thế lại ưa nằm vạ. Bây giờ Bình đang ngủ trông ngây thơ như một đứa trẻ con.

Nghĩ đến trẻ con Trang đâm ra lo sợ. Nay mai Trang sẽ là mẹ của một đứa trẻ con, và Trang lo sợ vì nàng chưa có một tí gì chuẩn bị đón nó cả.

Trang tự an ủi nghĩ thầm:

- Bắt đầu ngày mai phải cố gắng đan cái áo cho chóng xong và sửa soạn các thứ mới được.

Mải nghĩ miên man Trang quên rằng mình không đắp chăn, nàng vội kéo tấm chăn bông lên tận ngực và ho khẽ mấy tiếng. Mưa bên ngoài vẫn đổ xuống rào rào. Mái nhà gỗ bọc vải dầu bên ngoài làm cho tiếng mưa có vẻ êm êm, không giống như ở quê nhà, tiếng mưa đổ xuống mái ngói nghe thực ròn rã.

Tiếng mưa ở quê nhà bây giờ đã xa xôi lắm rồi! Trang không dám mơ đến ngày nào nàng mới lại được nghe tiếng mưa ở quê hương. Trang bắt buộc phải lo nghĩ đến hiện tại, hay nghĩ đến cái quá khứ rất gần nhiều hơn. Nàng thất vọng vì thấy tính nết Bình không giống như mình tưởng, hơn nữa Bình không tử tế với nàng như xưa, lúc chưa có đứa con trong bụng. Trang nhớ có một hôm Bình thực thà bảo nàng:

- Nếu anh lấy một cô gái quê thì cô ta sẽ coi anh như ông thần. Mỗi lời nói của anh là một mệnh lệnh phải nhắm mắt tuân theo. Còn em, anh rất tiếc em có nhiều tính "tiểu thư hạng nặng". Trước khi cưới nghe em trình bày gia phả anh cứ tưởng em nói dóc để lòe anh cho vui, nếu anh biết là thực trong nhà thờ của dòng họ nhà em có câu liễn "Thập bát Quận Công, Tam Tể Tướng. Bách dư Tiến Sĩ nhị phong Hầu" chắc anh đã "kính nhi viễn chi". Nghĩa là anh chạy xa 3 ngàn dặm không hề ngó lui. Đã thế em lại từng nghe giảng ở trường Đại Học, chẳng biết có ích lợi quái gì cho em không nhưng mà em khó bảo lắm!

Trang trả lại ngay:

- Anh hối hận phải không? Bây giờ cũng chưa muộn đâu! Khối gái quê ở ngoài máy nước đấy. Em sẽ nhường chỗ này... cho anh làm lại cuộc đời với một cô rất ngoan ngoãn giản dị, cô ta sẽ coi anh như thần!

- Đấy, em lại dở tính ra rồi! Em phải biết sống cho thích hợp hoàn cảnh mới được!

Trang nói gần phát khóc:

- Thế này còn chưa thích hợp hoàn cảnh? Cả ngày làm quần quật còn bị anh mắng lên mắng xuống, chỉ một vài ý thích rất nhỏ nhặt cũng không bao giờ được chiều.

- Anh có thể chiều em tất cả nhưng anh chỉ xin em một điều...

Trang cướp lời:

- Lấy cái gì ở đâu thì lại để vào chỗ đó phải không?

- Em cũng biết thế, tại sao em không chiều anh lại bắt anh phải chiều em?

Trang không thể nào quên được cái lý luận kỳ khôi của Bình lúc nàng bảo anh thiếu hàm dưỡng.

- Như thế mới là người tốt em ạ! Khi anh giận thì anh phát cáu, anh gắt gỏng, khi anh vui thì anh tử tế anh cười. Như thế có phải cuộc đời thực thà giản dị biết bao nhiêu không? Em muốn anh có cái hàm dưỡng như một ông cụ già bảy mươi thì em phát chán mất! Hay em muốn anh giấu cảm xúc của mình như một người nham hiểm, trong lòng thì cáu giận phát điên mà bề ngoài vẫn làm bộ cười nói ngọt ngào! Anh không thích tại sao em lại muốn anh phải giả vờ. Tại sao một người giàu sang thì có quyền từ chối một bữa tiệc họ không thích dự mà chẳng ai nói gì, còn người nghèo một chút từ chối thì bị phê bình là kiêu ngạo vô lễ. Bạn của em anh không cấm em chơi, nhưng anh không thích họ thì em đừng bắt anh phải giao thiệp.

- Em biết tại sao anh không thích, tại vì địa vị họ cao hơn, nên anh có tính tự ti mặc cảm. Nhưng anh nên nhớ, chúng ta chưa hề xin ai một đồng xu lớn xu bé nào cả, việc gì anh phải xấu hổ?

Lúc đầu Trang rất buồn nhưng sau dần dần quen đi, nàng có cảm tưởng như mình vẫn độc thân, và Bình chỉ là một người bạn cùng thuê chung nhà, giúp đỡ lẫn nhau đôi chút mà thôi. Hai người có hai thế giới trong tâm hồn riêng biệt, công việc của ai nấy làm, bạn ai nấy chơi, chi tiêu trong gia đình mỗi người góp một nửa. Bình thấy rất dễ chịu vì được tự do như thế, anh không bao giờ phải đi với Trang đến nhà một ai. Ngay những ngày lễ Tết đồng hương có giấy mời hai người đến dự anh cũng để Trang đi một mình, vì đó là những người anh không quen tổ chức. Bình thích sống cô độc, ngoài vài người bạn chơi thân từ bé, anh không chịu quen thêm một người nào, hơn nữa cả đến mẹ, Bình cũng không thích về thăm. Có lúc Trang phải năn nỉ:

- Lâu lắm rồi, anh nên về qua nhà thăm mẹ, kẻo rồi mẹ bảo em là "hồ ly tinh" mê hoặc, giấu con bà mất tăm mất tích.

Bình nhún vai:

- Bộ em tưởng anh dễ bị mê hoặc lắm hở. Anh không thích về chứ không phải tại ai cả. Cả một nhà đàn bà cả ngày cạp cạp như một cái chợ vịt. Anh là con út nên anh đã "lãnh đủ" những điều dạy bảo của tất cả mọi người mấy chục năm rồi. Anh sợ và chán đến nỗi không muốn thấy ai nữa!

- Thì ngày xưa lúc anh còn bé, người ta có thương mới nhắc nhở kẻo sợ anh sa ngã!

- Ai con nít con thơ gì mà lãnh lương tháng nào cũng phải báo cáo tiêu món gì, bao nhiêu với mấy bà chị nhất định không chịu đi lấy chồng ấy!

- Đó là chứng cớ tỏ ra anh tiêu nhảm rất nhiều mới mất tín nhiệm của gia đình như thế. Đã thế anh vẫn còn chưa sáng mắt ra! Người ta khuyên anh tiết kiệm đôi chút để dành lập gia đình, anh không nghe nên đến lúc lấy vợ ra ở riêng, cửa nhà gia thế chỉ có một cái giường vải và một chiếc chăn bông... cổ từ 80 đời vương!

- Ngày xưa anh ghét đàn bà lắm, anh cứ tưởng sẽ sống độc thân suốt đời? Lỗi tại mẹ cả. Mẹ làm cô giáo dạy trường nữ học, đem anh theo vào lớp, cho anh mặc áo quần con gái. Rồi anh nghịch quá me bắt hai cô ngồi kèm anh hai bên, làm anh không còn dám cựa quậy gì được nữa. Ban đầu anh bực bội, nhưng bị gò ép mãi dần dần như con cá bị nuôi trong ly nước, phải thuần đi, anh nhiễm tính nhút nhát của con gái, cho đến khi con cá được thả ra ngoài hồ nó vẫn cứ bơi vòng tròn tưởng mình ở trong ly nước không dám bơi mạnh sợ kính đập vào mũi. Anh bực mình lắm, nhưng lâu quá thành tính nết của mình rồi sửa không được nữa!

- Thế anh nhất định không về thăm mẹ phải không? May mà mẹ anh chứ không phải em năn nỉ anh về thăm mẹ em!

- Đã không phải là mẹ em thì việc gì em phải lo, em phải nói làm nhàm cả ngày như một bà chằng lắm điều thế kia!

Những tính nết trái ngược của Bình làm Trang bất mãn, nàng thích một con người hiên ngang và quân tử thì gặp ngay một anh chàng trái ngược làm Trang ngao ngán. Trang thầm trách mình đã không xét đoán kỹ càng trước khi "chim vào lồng", nhưng sự thực khó biết rõ tâm tính thực của một người, khi họ cố giấu để giương bẫy giăng bắt một con cừu non rất ngây thơ trên đường đời!

Nhưng dù sao, sau những cuộc cãi nhau không phân phải trái, bao giờ Trang cũng làm lành trước, và đúng theo ý Bình, Trang không hề nhắc lại lỗi anh. Để cho đỡ ấm ức Trang đánh miếng đòn cuối cùng:

- Đố anh biết tại sao em làm lành với anh trước?

- Tại em biết em trái chứ gì! Thế là người biết phục thiện, khá đấy!

Trang cười tinh nghịch:

- Không phải, em làm lành trước để cho anh thỏa mãn lòng tự ái đấy mà! Cho anh giữ lấy một chút "trượng phu" thể diện thì có làm sao! Đối với em vô hại!

Bình lắc đầu ngao ngán:

- Nghệ thuật trêu tức của em thật tuyệt vời! Chắc có ngày anh sẽ uất lên mà chết mất! Anh cho em hay, phần nhiều đàn bà bị mất chồng là do những cái "thông minh vặt" như thế đấy!

Trang bĩu môi:

- Em không sợ mất! Cô nào quyến rũ anh, em xin "các" thêm tiền! Tính anh có trời chịu nổi!

- Thế em định "các" bao nhiêu? Đưa trước cho anh một nửa để anh có tiền phí tổn "hoạt động" tìm người cho em "sang".

Tuy Trang và Bình cũng có những ngày vui, nhưng ngay trong lúc vui Trang cũng không yên lòng. Nàng luôn luôn lo sợ nó qua đi rất chóng rồi mất hẳn, hay là bất thình lình bị đánh tan. Bình có thể chỉ vì một con ruồi bay lảng vảng đến gần, hay trong bữa cơm chả trứng nêm nếm không vừa, cũng đủ làm anh phát cáu, gắt gỏng suốt buổi. Bất cứ một duyên cớ rất nhỏ mọn nào cũng có thể làm hỏng cả một ngày rất đẹp mà những đôi vợ chồng trẻ có thể sống những giờ phút êm đềm.

Lúc xưa, Trang tưởng rằng có thể sửa đổi được tánh Bình ít nhiều, nhưng bây giờ nàng mới nhận thấy mình bất lực. Khi người đàn ông chưa cưới vợ thì họ giấu những tính nết của họ rất khéo, và nếu lỡ có hở ra đôi chút thì họ thề thốt hứa hẹn, làm như có thể vì mình mà cao biến thành lùn, hay béo thành gầy được. Nhưng sau khi đã "sống chung không hòa bình" rồi cô nàng mới ngã ngửa ra, nhận thấy rằng không ai đổi tính ai được cả. Mỗi ngày Trang hỏi Bình trước khi anh đi làm:

- Hôm nay anh muốn ăn gì?

- Ăn gì cũng được, em cho gì anh ăn nấy.

"Gì cũng được" và "cho gì ăn nấy" nghe ngọt xớt, nhưng nếu các món ăn không phải là thịt nấu đổi bữa luôn luôn, nếu là món rau hay cá thì Bình sẽ cầm đũa ngồi nhìn hay dúng từng tí một, Bình sẽ ăn cơm nhạt hay là không ăn. Mỗi lần trông cái kiểu ăn "ốm nghén" của Bình là Trang thấy ngán lên đến cổ.

Mải nghĩ ngợi bỗng nhiên Trang thấy đau nhói ở bụng. Đứa bé trở mình đạp nàng một cái nên thân. Trang xuýt xoa ôm bụng nghĩ thầm: "Con so về nhà mạ." Giá nàng ở gần mẹ chắc không đến nỗi lo lắng thế này. Cái triệu chứng của sự sinh nở, nàng chỉ biết một câu theo lời Châu "đau không thể tưởng tượng được" mà thôi! Ngoài ra Trang không hiểu gì hơn. Bụng nàng lại đau dội lên mấy lần nữa, Trang nghiến chặt răng, nước mắt trào ra rơi xuống gối từng giọt từng giọt.

Trang lay Bình:

- Bình, Bình, em đau bụng quá!

Bình còn ngái ngủ, anh ừ hử mấy tiếng rồi nằm ngủ say lại như cũ. Mãi đến lúc Trang vừa rên vừa khóc đánh thức anh dậy, Bình mới tỉnh hẳn.

- Em... em làm sao? Trời mưa đi nhà thương bây giờ sao được! Hay em cố chờ đến sáng mai..

Đang đau bụng nghe Bình nói, Trang cũng bật cười. Có ai nín được đẻ bao giờ! Hai vợ chồng trẻ không có một chút kinh nghiệm, hết nhìn nhau lại nhìn đồng hồ, hết xoa bụng lại lắng nghe tiếng mưa. Trang khóc gần thành tiếng, mồ hôi nàng toát ra ướt đẫm cả lưng. Bà Ba chợt thức giấc nghe tiếng Trang rên rỉ bà quát lên:

- Trời ơi, còn không chịu đi kêu xe. Mau mau đi, ngu ơi là ngu!

Chương 3. Nước trong nguồn

Những người nằm gần giường Trang ân cần hỏi thăm:

- Con trai hay con gái? Được mấy ký?

- Gái.

Trang đáp rất sung sướng. Bây giờ nàng đã là mẹ trẻ con rồi. Hình như có cái gì trọng đại thiêng liêng mà nàng sắp phải gánh lấy trách nhiệm. Nhưng cái sung sướng được làm mẹ của Trang qua rất chóng, khi chợt nhớ đến cái áo len của con chỉ mới hoàn thành có... một cánh tay!

Đúng giờ người ta đẩy đến một xe trẻ con chia cho các bà mẹ cho bú, nhưng Trang chưa được phép cho con bú ngay. Mãi đến sáng hôm sau nàng mới được gặp mặt con. Con bé bị gói kín trong một cái khăn lớn chỉ chừa mặt ra ngoài. Hai mắt nó nhắm nghiền rất đáng yêu.

Trang để con bé xuống giường, âu yếm ngắm tác phẩm của nàng đã tạo ra. Thực thế, cả người con bé, từ xương, thịt, tóc da, cho đến dòng máu chảy trong huyết quản cũng đều của nàng tạo ra cả. Trang ôm con hôn lên tóc nói khẽ:

- Tác phẩm đầu tiên của mẹ!

Con bé giật mình tỉnh dậy khóc thét lên. Trang cười:

- Giọng kim.

Cô khán hộ đứng cạnh nàng bật cười theo:

- Nó đói đấy! Cho bú nhanh lên, hạn chỉ có nửa giờ thôi. Còn giọng kim với giọng thổ mãi!

Hết giờ cho bú người ta lại đem tất cả trẻ con sang phòng khác để cho các bà mẹ được ngủ yên. Gian phòng trở nên tĩnh mịch. Thấy Trang xoa ngực tỏ vẻ đau đớn, một bà đứng tuổi nằm giường bên cạnh gợi chuyện:

- Anh ấy làm gì?

- Công chức, có cho vào thăm không?

- Có, ngay chiều nay, nhưng chỉ đàn ông được phép vào mà thôi.

Thấy Trang ngạc nhiên, bà tỏ vẻ rất thành thạo, cười tự giới thiệu:

- Nhà tôi là kỹ sư, họ Vương. Tôi là khách thường xuyên ở đây. Mỗi lần vào tôi thề với cô đỡ không bao giờ trở lại nữa, nhưng rồi tôi quên lời thề, cho đến bây giờ là lần thứ năm rồi.

Bà cười tiếp:

- Và tôi đã hứa đây là lần cuối cùng, nhưng... chưa chắc!

Trang tò mò hỏi:

- Tại sao họ cấm đàn bà vào thăm?

- Có lịch sử kia đấy! Chỉ vì lúc xưa một bà mẹ chồng vào thăm con dâu, vừa nghe tin sinh con gái, bà ta mắng ngay cho một trận, bảo sao không đẻ con trai, lại sinh một đàn con gái. Nàng dâu tức uất lên chết giấc. Máu uất của đàn bà lúc sinh xong ghê gớm lắm nhé, chết dễ như chơi! Lại còn một bà khác cũng vào đây đánh ghen với bà nhỏ. Vì thế từ đấy người ta cấm đàn bà vào thăm. Việc nhà muốn xử thì đem về nhà mà xử. Nhà hộ sinh không bao xử lý thường vụ những vấn đề quỉ quái ấy. Tôi cũng đồng ý chỉ nên cho đàn ông vào thăm là phải lắm. Nhất định bình yên vô sự! Cô nghĩ có đúng không?

Trang không trả lời, bà tiếp:

- Thực ra dù các bà vào không sinh sự đi nữa cũng ầm ỹ lắm. Để yên tĩnh cho người ta nghỉ ngơi cần hơn!

Trang thấy mệt nên không muốn gợi chuyện thêm. Những bà như bà Vương này thuộc về hạng ăn xong chờ ngày vào nhà thương đẻ, hẳn là biết rất nhiều chuyện. Nếu nàng muốn nghe chỉ cần gợi một câu là bà có đủ hứng để kể nửa ngày.

Trang nằm yên vờ ngủ rồi ngủ thực lúc nào không biết. Lúc nàng thức giấc đã thấy Bình ngồi cạnh giường. Anh cúi xuống hỏi rất khẽ:

- Con trai hay con gái em?

Trang ngập ngừng:

- Con bé...

Trang buồn ra mặt làm Bình lo lắng hốt hoảng:

- Con bé làm sao em?

- Con bé.. con bé.. mũi tẹt!

Bình cười thở ra một hơi dài:

- Em làm anh lo quá, tưởng là nó làm sao!

Trang vẫn còn phụng phịu:

- Nhưng cả người anh chỉ có độc một cái mũi là coi được. Không phải tốt tướng, trái lại nữa kia, nhưng mà nho nhỏ xinh xinh, thế mà nó không giống anh, lại đi giống em. Con bé ngu quá!

- Lúc nào em cũng khôi hài được. Có phải lỗi tại nó đâu!

Bình nắm tay Trang nhìn sang các giường bên cạnh, giường nào cũng có một người đang nắm tay vợ thì thầm rất khẽ và rất âu yếm.

- Con đâu em?

- Ở phòng khác.

- Lúc anh vào đi ngang qua một cái phòng đầy cả giường trẻ con, chắc nó cũng ở trong bọn ấy. Anh thấy đứa nào cũng giống nhau cả. Đứa nào cũng gói kín chỉ chừa cái mặt. Ngoài lại còn buộc chằng chịt như khúc giò, làm chúng nó không còn quờ quạng vào đâu được nữa. Giống nhau thế không biết có nhầm không em nhỉ.

- Không đâu! Lúc sinh xong người ta cột ngay tên vào tay nó.

- Nhưng nó đã làm gì có tên?

- Tên em và số giường.

Trang ngập ngừng:

- Anh ạ..

Bình chú ý nghe và lo lắng không hiểu chuyện gì mà Trang không dám nói ra.

- Anh ạ, ngày mai em sẽ ra nhà thương. Những người sinh xong khỏe mạnh họ cho ra ngay...

- Ra thì ra chứ sao?

- Nhưng... nhưng... áo của con... chưa có. Áo và tã nhà phải mang đến cho nó mặc ra, đồ nhà thương chỉ mặc tại đây thôi, xong phải trả lại ngay.

Bình cười:

- Tưởng gì, em làm anh lo. Em sợ áo con chỉ có... một cánh tay thôi phải không? Anh đã mua sắm đủ cả rồi. Nhưng em về đừng bắt anh tính sổ nhé. Hai trăm đô la của em để ở nhà anh tiêu hết sạch. Áo lót, áo len, áo bông, khăn tã, nệm cao su, đủ cả. Con ông hoàng cũng đến thế là cùng!

Trang kinh hãi:

- Hết cả hai trăm? Bây giờ mới đầu tháng, thế suốt tháng tiền chợ?...

- Nói khẽ chứ em! Đến đâu hay đó...

Trang vẫn còn bất bình:

- Em định đến chị Châu lấy một ít quần áo cũ của Tuyết cho nó mặc tạm. Tuyết ngoan lắm, mà nó chóng lớn quá nên quần áo mới cũng phải bỏ rất nhiều.

- Anh không muốn thế, người ta khinh, tưởng mình nghèo đến nỗi không sắm nổi cái tã cho con!

Bình cúi xuống giường lấy ra một xách đựng đồ ăn:

- Đây là phần của em. Anh đưa tiền nhờ chị Ba làm hộ.

Trang dỡ ra thấy một con gà tơ nằm gọn gàng xinh xắn trong đĩa.

- Em hãy uống nước canh trước đã. Chị ấy chưng toàn với rượu nên hơi đắng nhưng bổ và em sẽ có rất nhiều sữa.

Hai mắt Trang rưng rưng mờ lệ. Nàng vốn định gây Bình vì anh đã tiêu hết cả tiền, và một khi sạch túi thì người chạy tiền sẽ là nàng chứ Bình không bao giờ biết đến nữa, nhưng tất cả những lời trách móc đều nghẹn tắc trong cổ.

- Người xứ em, nhất là nhà quê miền Trung, lúc sinh chỉ ăn cơm với thịt kho tiêu, có khi cả tháng, họ nói thế để cho chắc bụng, không xổ to và mềm.

- Huyễn hoặc. Các bà nuôi đẻ bày đặt ra thế để có cái gì ngon dành ăn hết, người đẻ cần phải tẩm bổ mới chóng lại sức chứ. Em dại lắm, người ta nói thế mà cũng tin. Đáng lẽ dù chồng nghèo đến thế nào đi nữa cũng nhân cơ hội ấy mà ăn ngon một chút chứ! Em không lấy chồng xứ em là phải!

***

Bình đi làm về, thấy Trang đang ôm con nằm ngủ, anh bưng thau tã ướt để dưới chân giường nhẹ nhàng bước ra. Đã mấy hôm nay ngày nào anh cũng phải giặt một thau tã ướt cho con như thế làm anh thấy rất khó chịu. Từ hôm Trang ở nhà thương ra là bắt đầu ốm ngay, nàng vừa sốt vừa rét vừa đau đầu đau bụng đủ thứ. Người ở mới mượn được nửa tháng thì bỗng nhiên không chịu làm nữa. Chỉ tại bà Ba ngày nào cũng xoi bói công việc của nó: nào là làm thế này không được, thế nọ không xong, thế kia hỏng.. nên nó đâm lỳ bỏ việc, bỏ Trang ốm liên miên.

Người làm không có, mướn người khác không được, Trang cố gắng dậy làm nàng ốm nặng thêm, con Mỹ đành phải uống sữa bột không được bú sữa mẹ nữa.

Bình rất cáu kỉnh, nhưng không tránh được nên dù không muốn Bình cũng phải giúp làm những việc mà anh cho là không đẹp tí nào. Anh vừa vò tã vừa ngẫm nghĩ đã gần tháng nay không đi xem chớp bóng nên thấy nhớ lạ lùng! Trong các thứ giải trí ngoài cá ngựa và mã chược ra anh thích chớp bóng, và cái thích này Trang không phản đối nên càng ngày càng thích thêm.

Trước kia Trang không bằng lòng cho anh đi đánh mã chược và cá ngựa, nhưng anh nhất định đi và càng đi càng quên về nên Trang đành phải chịu thua, nghĩa là nàng bỏ liều, coi như không biết đến, không nói gì đến nữa. Bình bảo thà không vợ chứ không thể thiếu những món ấy, Trang cũng bảo thà không chồng chứ không thích chồng cờ bạc.

Hai bên đều giữ chủ trương của mình không ai thay đổi điều kiện hay nhượng bộ tí nào; và mặc dầu không hề xô xát nhưng trong thâm tâm, Trang đã cảm thấy có một cái hố vô hình chia rẽ và đang bành trướng âm thầm. Bây giờ "chàng và nàng" đang đứng bên miệng hố âu yếm nắm tay nhau, vì danh dự, vì lễ nghĩa, vì bổn phận, vì con, vì đủ tất cả mọi thứ... nhưng nếu khi người ta hết muốn sống cho mọi người mà muốn sống cho mình, vì mình thì chưa biết ngày mai sẽ ra sao!

Bình thong thả rũ từng chiếc tã ra phơi vừa suy nghĩ không biết có nên đi xem chiếu bóng không. Bỏ Trang ở nhà một mình lỡ nàng lên cơn sốt nặng, hay lên một cơn hen tắt thở như hôm nọ thì nguy hiểm lắm, nhưng mà phim tối hôm nay rất hay, lại chỉ chiếu có một đêm thôi. Cái rạp nhỏ ấy chuyên chọn những phim cũ và hay, đem chiếu lại để vớt những khách hàng xem hụt. Bình là một trong những người thích sống ngoài mái nhà của mình, mê chớp bóng, và đang bực mình vì vợ ốm con khóc, anh có tất cả những lý do giúp thêm can đảm để bước ra khỏi nhà mà không ân hận.

Trang vừa thức giấc, nàng chăm chú nhìn anh và gật đầu như muốn gọi. Bình đến cạnh hỏi:

- Sáng nay em có đi bác sĩ không?

- Có

- Đi taxi hay đi bus?

Trang im lặng không trả lời ngay. Nàng biết nếu nói đi bus thì thế nào Bình cũng không bằng lòng, nhưng Trang không thích nói dối. Trang ngập ngừng:

- Em đi... bus.

Bình cau mặt:;

- Anh đã dặn em bao nhiêu lần ốm thì phải đi taxi. Từ đây ra trạm xe xa thế em đi lỡ bị gió có phải còn thêm phiền nhiều hơn không?

- Em cũng biết thế nên cẩn thận mặc thêm áo để khỏi bị lạnh. Đi bus chỉ có hai hào, đi taxi em sợ không còn đủ tiền mua thuốc. Anh nên nhớ em ở đây không có bà con thân thích, mà anh cũng không có cảm tình liên lạc gì với ai... Cả đến mẹ ngày thường anh đối đãi lãnh đạm nên biết em đau nặng cũng không đến thăm...

Bình không biết trả lời sao nữa. Trang nói đúng quá và hình như có ý trách anh, Bình không dám cãi, hay phân tích sự trách móc này. Trong đó dường như hình dung tất cả con người và tính cách của anh. Anh đã sống như thế nào, cư xử với người, với việc ra sao để được nghe vợ nói một câu lẫn trong nước mắt như thế! Bình biết rằng Trang hết sức nhẫn nhục chịu đựng, vì nói với Bình cũng không ích gì, và anh cũng thấy hơi tủi cho kẻ quanh năm tự xưng là "đại trượng phu" mà lúc vợ đẻ, vợ ốm cũng đành khoanh tay ngồi nhìn.

Bình vẫn thường tự hào cái tính mà anh cho là "khí khái" gia truyền của mình, và cho đến bây giờ anh vẫn thấy chẳng thà để Trang chết trên giường bệnh hay chết trong nhà thương miễn phí còn hơn là phải làm cái bộ mặt... khó tả, để gợi lòng trắc ẩn của bạn bè hòng mượn ít tiền. Anh cũng không có cái tài chưa cần mở miệng đã có kẻ hiểu ý mà giúp đỡ, mà anh cũng không có cảm tình với ai để hòng người ta có cảm tình lại..

Bình không làm gì, cũng không thể nói được câu gì để giải thích với Trang về cái cảnh ngộ này nhưng anh vẫn rất khó chịu. Thói quen của Bình là bất cứ trường hợp nào dù rất cần, anh cũng vẫn thích giữ cái bộ mặt vênh vênh của người không cần, và cho đó là "khí khái gia truyền".

Lắm khi để tự chế giễu mình, Bình kể cho Trang nghe chuyện anh chàng rất nhút nhát nhưng vẫn tự cho mình là anh hùng. Một hôm có cướp vào nhà, anh ta sợ quá chui vào gầm giường, lúc cướp đi rồi người nhà gọi ra anh vẫn còn ngồi run cầm cập, vừa run vừa thét: "Đại trượng phu đã bảo không ra là không ra mà!" Anh kể lại và cho là thú vị lắm.

Con Mỹ đến giờ bú thức giấc khóc thét lên. Thấy Trang gượng ngồi dậy định đi pha sữa, Bình bảo:

- Em cứ ngồi yên để anh pha, ba thìa phải không?

Bình làm rất miễn cưỡng, làm vì thấy cần phải làm, và không có cách gì khác để tránh công việc chứ không phải vì thích hay vui lòng giúp Trang. Đã khó chịu, giọng khóc của con bé càng làm cho anh khó chịu hơn. Vợ ốm, con khóc, cái phòng bé nhỏ vì trời mưa nên giăng đầy cả tã ướt, lại thêm mùi sữa, mùi ẩm ướt, mùi dầu bóp, mùi trẻ con, tất cả hợp lại thành một mùi khó tả; nhất là khi người ta đang bực mình thì cái mùi ấy như khủng bố tinh thần kinh khủng hơn lúc nào hết. Có phim hay lại không được đi xem. Bình thấy hình như tất cả những rủi ro trên đời đều đổ dồn đến cho anh cùng một lúc!

Bình nhìn con bé khóc, tay anh đánh sữa thực mạnh như muốn trút bớt cơn giận. Bình thấy giữa anh và con bé không có một chút cảm tình liên lạc gì cả. Có nó làm Trang ốm, làm anh phải ngủ riêng ngoài giường vải thiếu chăn thiếu đệm trong lúc trời rét như thế này, có nó mỗi tháng phải tiêu thêm một món tiền không phải là ít. Con Mỹ càng khóc càng to, anh quát lên:

- Có im đi không, người ta đang pha đây này, còn đòi gì nữa!

Con bé nghe tiếng thét, ngừng khóc ngơ ngác nhìn rồi lại khóc to hơn. Bình không nén được cơn giận đến cạnh giường thẳng tay phát vào má nó một cái thực mạnh. Trang kinh hãi vội nắm tay anh để chặn cái tát thứ hai. Bình quát:

- Đấy, lại bênh! Con hư tại mẹ có sai đâu!

- Nó đang đói mà anh!

- Đói thì cũng để cho sữa nguội đã chứ!

- Nhưng nó còn bé đã hiểu biết gì!

- Bé thì mới phải dạy dần!

Bình nói xong chính anh cũng tự nhận thấy mình vô lý. Con mới có hai mươi lăm ngày thôi nó làm sao hiểu được ý anh, nhưng tiếng khóc của nó sao mà to thế! Sao mà dễ ghét thế! Để nguôi cơn giận anh cau có nhìn Trang, thấy Trang mặt tái mét ôm con một cách thương xót, mắt nàng rơm rớm nước mắt, tâm trí anh hơi tán loạn. Bình giật vội áo khoác bước ra ngoài đóng cửa đánh sầm một tiếng, để tỏ ra vẻ ta đang giận dữ lắm đây!

Ra đến ngoài ngõ anh vẫn còn nghe tiếng con khóc, thấy đói bụng anh chợt nhớ ra là chưa ăn cơm, nhưng bà Ba chưa về chắc là cơm cũng chưa có. Bình định đã thế nhân dịp đi xem chớp bóng rồi về nhà ăn sau cũng được, cơm để phần bao giờ cũng nhiều thức ăn hơn. Còn Trang, anh quên không nghĩ đến nàng có đói hay không?

Trang đang nấu ăn ở bếp bỗng nghe tiếng con Mỹ khóc thét. Tưởng con ngã nàng vội chạy lên nhà thấy Bình đang đánh tát con bé túi bụi. Trang vội dằng con ra hỏi Bình:

- Sao anh lại đánh con?

- Nhà cửa gì mà bừa bộn thế này ai mà chịu được!

- Em vừa mới xếp dọn sạch sẽ rồi cơ mà!

- Thì nhìn đấy mà xem!

Trang nhìn quanh phòng, thì ra con Mỹ đã bò lăn từ trên giường xuống và vứt đồ chơi tung ra khắp phòng.

Trang se sẻ bảo:

- Em phải xuống bếp làm thế nào mà trông nó trên này được.

- Thế sao em không đeo nó lên lưng mà làm việc như những người khác?

Rồi anh dằn mạnh:

- Hừ, vợ quý của tôi đấy!

Trang thấy đau đớn và uất nghẹn lên tận cổ, nàng trả lời se sẻ:

- Lúc trước anh cũng đã biết là em yếu, không thể làm những việc nặng nhọc.

Trang vuốt nhẹ lên đầu con thì thầm:

- Từ nay con sẽ không được nằm lên giường nữa nghe con. Ba muốn tấm chăn trên giường phải thực trắng và không được có một nếp nhăn rồi để đấy mà nhìn. Nếu có mệt mỏi thì hãy ngồi xuống đất cho khỏi hỏng giường. Nhà phải thực sạch sẽ, nền phải bóng loáng không có một hạt bụi nào, xong rồi ngồi ngoài cửa nhìn vào cho sướng mắt. Còn con, con gái me ngoan như thế này thì đem bỏ vào nhà mồ côi để khỏi chơi bẩn nhà, khỏi khóc rát tai ba!

Trang nói xong, tự nhận thấy mình vô lý và hèn nhát nữa. Tại sao những lời nàng muốn nói với Bình không nói thẳng với anh mà lại kể lể với con y như một người khùng. Trong một phút Trang thấy mình đã hoàn toàn biến đổi tính nết. Trang mất hết tất cả tính vui vẻ, yêu đời, hoạt bát, lạc quan ngày xưa. Sống chung với Bình, ban đầu vì muốn làm vui lòng chồng, nàng đi từ chiều chuộng đến nhẫn nhục, và bây giờ đâm ra sợ hãi một cách hèn nhát.

Ngày xưa Trang làm gì có những tính nết như thế này!

Bình nằm sấp trên giường, hai tay bịt tai. Đó là thói quen của anh mỗi khi Trang nói gì mà anh không muốn để lọt vào tai, vì anh biết dù Trang không bao giờ nói những câu thô tục hỗn láo, dù nàng nói rất nhã nhặn lịch sự, nhưng ẩn ý như những viên thuốc bọc đường, bên trong phải có những gì cay đắng lắm, người ta sợ con bệnh chịu không nổi mới phải bọc đường cho dễ nuốt. Những lời Trang nói dù rất ngọt ngào, dù bịt tai lại cũng đoán biết, cố nhiên không phải là những lời ca tụng anh.

Trang ôm con vào lòng âu yếm như muốn bù cái bất công tàn nhẫn của cha nó vừa rồi. Bình nhăn mặt tỏ vẻ rất khó chịu. Trang hỏi:

- Anh không thích em và con ở đây phải không?

- Miễn là nó đừng khóc!

- Anh là một người đàn ông không chịu trách nhiệm. Trẻ con làm sao cấm được nó đừng khóc. Thế anh lúc bé thế nào? Đã không thích thì đừng sinh nó ra!

- Ai bảo anh thích? Anh có thích bao giờ đâu?

- Không thích có con sao lại lấy vợ?

- Bởi thế bây giờ anh mới thấy anh ngu!

- Anh ngu mà có lẽ em lại còn ngu hơn anh nữa! Đã lấy chồng là một sự ngu, gặp người như anh tán mà cũng tin lấy anh lại càng ngu hơn nữa. Chính mẹ anh cũng nói em vụng tu nên mới gặp anh. Anh là người mà chính gia đình anh cũng ngán cái tính cay nghiệt, khó chịu, khó chiều. Nếu em biết trước như thế..

- Nếu em hối hận thì bây giờ cũng chưa muộn!

Chương 4. Khăn gói gió đưa

Ngày... tháng...năm..

Tôi thấy ngại cho các cô thiếu nữ bỡ ngỡ đi bên cạnh "chàng". Tim các cô đập rộn lên mỗi khi mắt gặp mắt. Mộng của họ đang xây sẽ đẹp được bao lâu?

Ngày... tháng... năm...

Tôi vẫn còn nhớ mãi câu Bình nói lúc xưa: "Anh không giàu, không sang nhưng anh có một tấm lòng. Nếu em thấy rằng tình yêu chân thành của anh đủ làm cho em sung sướng thì anh sẽ ở bên cạnh em, săn sóc em mãi mãi!"

Tình yêu ấy bây giờ ở đâu? Bình săn sóc tôi vào lúc nào?

Ngày... tháng... năm...

Tôi muốn không bao giờ khóc nữa! Tại sao những giọt nước mắt quí hóa lại dùng để khóc một chuyện vô duyên như thế được! Bình đã lầm, tôi không phải là người lấy chồng mục đích để xoay một cái "vé cơm trường kỳ".

Ngày... tháng... năm....

Nếu cuộc đời là một canh bạc thì tại sao khi biết mình thua rồi con bạc không may ấy không phủi áo đứng dậy một cách sảng khoái, tự nhận là mình "thua non"? Tại sao lại cứ nhất định luyến tiếc, lần lữa mong gỡ lại, mà có khi càng thua càng cay, càng gỡ càng rối? Có ai gỡ lại được một canh bạc hạnh phúc không?

Ngày... tháng... năm...

Đã lâu tôi không muốn nhắc đến bệnh hen của tôi nữa. Tôi đã quen chịu một mình. Khi nghẹt thở tôi uống một viên thuốc, nếu không khỏi thì hai viên, chờ đến khi cơn bệnh thối lui. Những viên thuốc độc ấy tôi coi như thuốc tiên. Nhưng biên giới giữa thần tiên và ma quái cũng cách nhau không xa.

Ngày... tháng... năm...

Tôi cảm thấy hình như sắp có một đứa con nữa. Một nguồn sinh mệnh mới để an ủi tôi, theo tôi. Và một món nợ mới trả không bao giờ hết, theo Bình.

Tôi tỏ ý muốn về nhà, về quê hương tôi, Bình tán thành ngay và giúp tôi sửa soạn hành lý còn sốt sắng hơn tôi nữa!

Ngày... tháng... năm...

Sau bao nhiêu ngày lo chạy các thứ giấy tờ: giấy khai sinh, giấy bảo đảm, giấy nhận quốc tịch, giấy tiêm thuốc trồng đậu và cuối cùng là vé máy bay, tôi đã đủ mọi điều kiện để trở về.

Có ai sắp từ giã nơi mình sống, trải qua những kỷ niệm vui buồn mà không luyến tiếc? Những ngày cuối cùng, hình như lương tâm Bình phát hiện nên đối với tôi tử tế hơn. Anh bớt dùng những cử chỉ và lời nói nặng nề cay nghiệt. Có lẽ anh muốn tôi có một ấn tượng không đến nỗi xấu lắm khi con tôi hỏi thăm về cha nó sau này.

Chỉ còn vài hôm nữa tôi sẽ trở về với cha mẹ tôi. Quê hương tôi nơi có nắng ấm quanh năm, có gia đình, có những người bạn của quê hương đầy thông cảm, chắc tôi sẽ tìm lại được nguồn vui đã mất!

***

•••

- Anh đã dặn xe đến đón chưa?

- Anh đặt tiền rồi, thế nào họ cũng đến, em đừng lo. Em ngủ trước đi nhé. Anh còn phải viết một bức thơ cho ba má em thực là... thực là...

Bình bỏ lửng câu nói, anh không tìm được một chữ gì đúng với ý mình. Bình đến bàn viết kéo ngọn đèn xuống thực thấp cho Trang khỏi chói mắt. Làm xong cử chỉ ấy Bình chợt thấy mình đã khác thường. Xưa nay anh chỉ cố ý kéo đèn thực cao mỗi khi Trang lên giường trước anh, Bình cố ý trêu nàng khi anh bực mình, mà cái bực mình thì hình như là bạn cố tri, chẳng mấy khi rời khỏi anh.

Bị ánh sáng chói vào mắt Trang không ngủ được, nàng quần quại trên giường, hết lấy tay che mắt, lại lấy khăn che mặt, hết nằm sấp lại nằm nghiêng. Bình biết những lúc ấy Trang không thể nào ngủ được dù nàng có thay đổi mấy chục kiểu nằm khác nhau.

Lắm khi chính Bình cũng rất buồn ngủ nhưng anh cố thức để xem và anh rất thỏa mãn nhìn dáng điệu đau khổ của Trang, Trang đè nén, cơn giận đã như một bát nước đầy chỉ cần thêm một giọt là đủ để tràn, nhưng Trang cố thử thách mình bằng cách không giận dữ, không chống cự.

Sau bao nhiêu tháng nghiên cứu kỹ tính nết chồng, Trang biết Bình là người không thể dùng lời nói để tìm ra lý lẽ, và cũng không thể làm dữ với anh vì anh sẽ dữ hơn. Bình như có tính cách của người bị chứng bệnh "ngược đãi cuồng" thích nhìn người khác đau đớn. Những lúc ấy Trang chỉ chịu đựng và trong thâm tâm, một làn sóng ngầm nổi dậy, Trang nghĩ cách thoát thân mà Bình không thể làm tổn thương được.

Bình đốt một điếu thuốc lá ngồi suy nghĩ. Đêm đã khuya bên ngoài không còn một tiếng động nào ngoài tiếng gió thổi rất mạnh. Mỹ ngủ say từ lâu, Trang tuy nằm im nhưng Bình biết nàng chưa ngủ.

Mười hai giờ rồi một giờ. Bình càng nhìn đồng hồ càng bực mình. Quái văn chương anh ngày thường vẫn nhiều lắm, nhưng đến lúc cần dùng thì chúng trốn đâu mất cả. Bức thư hơn một tiếng đồng hồ vẫn chưa đếm đủ năm dòng. Bình càng nóng ruột muốn làm cho chóng xong thì hình như ngòi bút cũng làm khó dễ với anh. Đã thế đồng hồ thì hình như càng chạy nhanh hơn. Trang chỉ còn ở lại đây một lúc nữa thôi, năm giờ sáng nàng sẽ rời khỏi nơi này và không biết bao giờ mới trở lại!

Bình nhớ lúc Trang tỏ ý muốn về nước anh thấy một sự sung sướng lạ lùng mới mẻ, nhất là Trang lại định đem cả con Mỹ đi theo. Anh đã chán cái cảnh vợ ốm con khóc, cảnh thiếu tiền tiêu riêng. Anh ghét không muốn về nhà thăm mẹ và các bà chị vì họ hay khuyên anh điều này điều nọ, đến khi lập gia đình anh tưởng sẽ được làm chúa tể trong nhà, không ngờ Trang cũng có đến hàng tá "thập giới" để khuyên anh: nào là phải về thăm mẹ, nào là đừng đánh bài lắm, nào là phải tập lịch thiệp một chút, nào là yêu cầu anh học một cái gì chuyên môn... nhiều lắm, đến nỗi anh phát ghét cho là tất cả mọi người cùng về hùa với nhau để khủng bố anh.

Suốt bốn tháng Trang bận rộn công việc xin giấy tờ, nhiều thứ giấy rất phiền phức về vấn đề quốc tịch, nhưng Bình cũng chẳng hề giúp nàng gì cả, vì đó không phải là việc của anh, không quan hệ đến anh. Bây giờ sắp xa nhau, lấy công tâm nghĩ lại Bình thấy mình đã tàn ác với Trang quá, không những thế số mệnh cũng tàn ác với nàng nữa. Trong lúc anh chưa tập được tính yêu trẻ con, bao nhiêu khó nhọc đều đổ dồn cho Trang cả, nay Mỹ hơi lớn thì đứa bé thứ hai đến với nàng. Khi biết chắc cái được gọi là "tin vui" kia anh điên cả người, chỉ sợ Trang đổi ý. Anh băn khoăn mãi không dám hỏi, đến khi thấy Trang vẫn quả quyết đi anh mới yên tâm nhưng hơi hối hận, và càng thấy mình có lỗi đối với mẹ con nàng hơn.

Viết xong thư, Bình đem lại giường cho Trang xem, hai người cùng cúi đầu bên cạnh ngọn đèn đầu giường thì thầm đọc.

Bình nói rất khẽ:

- Chúng mình chỉ còn hai tiếng đồng hồ nữa thôi! Biết bao giờ mới được gặp lại.

Trang chỉ gục đầu vào ngực anh im lặng. Phải còn bao giờ gặp lại nữa!

- Em về thăm nhà ít lâu rồi lại sang. Hay nếu có thể thì anh sang với em, Anh có thể dạy tiếng Anh ở đâu cũng sống được!

Trang cố nói với Bình những lời hứa hẹn rất ngọt ngào để anh yên lòng cho nàng đi, vì dù sao, nếu anh đổi ý thì Trang cũng khó lòng ra khỏi nơi này.

Trong giây phút sắp xa nhau, bây giờ Bình mới thấy trong tay đã có ngọc quí mà không biết. Chuyện đời là thế, người ta chỉ tiếc khi đã mất, hay sắp mất một thứ gì vẫn thuộc quyền sở hữu của mình, và vẫn bị mình coi như sỏi đá. Xưa nay anh đã từng nghe tất cả bạn bè khen anh tốt số, thèm thuồng hoàn cảnh của anh, Bình vẫn coi thường, coi như sự hưởng thụ sinh hoạt cao hơn khả năng anh tạo được là trời sinh ra anh để được sung sướng như vậy, đó là lẽ tất nhiên, không có gì đáng kể.

Trong lúc các bạn cùng một lứa như anh phải quần quật, làm ngày làm đêm để cung cấp cho gia đình đầy đủ, vì họ có những bà vợ chỉ biết đợi chồng đem tiền về nhà tiêu xài, lại còn bắt chồng cung phụng cho cả họ ngoại xa gần bên vợ nữa.

Bình chỉ phụ trách một nửa gánh gia đình, còn nửa gánh nặng hơn, Bình thân tặng cho Trang, không hề muốn biết trong gánh có gì và nặng hay nhẹ. Sự thực hai người cũng phải trải qua nhiều thử thách xót xa mới đến được chỗ "thông cảm" như vậy.

Nhưng được cái này mất cái khác, Bình không có cái thú là người quan trọng nhất nhà như các bạn. Mọi gia đình khác, người chồng được coi như linh hồn, như cột trụ chính, nếu không có linh hồn ấy thì gia đình phải vất vả long đong không ít.

Còn Bình, nói dại nếu lỡ anh có trúng phong trúng gió thì gia đình anh vẫn đứng vững, như không có chuyện gì xảy ra, Trang vẫn đủ sức nuôi con khôn lớn ăn học đàng hoàng như ai vậy, không vì sự vắng mặt của anh mà cạn hết nguồn sống! Điều này làm Bình thấy chạm đến lòng tự ái của kẻ "đại trượng phu" lắm lắm. Nhưng dù sao anh cũng đã làm cho nhiều người ao ước!

Giờ đây Trang sắp đi anh mới thấy tiếc ngẩn tiếc ngơ: vì lỡ mất Trang thì trong đời anh còn biết tìm đâu ra một người vợ không phải là một bà chằng "vừa xinh vừa ngu" lại vừa đảm đang như Trang!

Trang thì thầm:

- Em sẽ trở về!

Anh biết Trang hứa không có bảo đảm nhưng cũng phải giả vờ tin, tin để có cớ công khai nói với mọi người, không ai có thể trách anh đã bạc đãi Trang để nàng phải về quê ngoại trong lúc con còn dại, lại thêm mới bắt đầu thai nghén. Cả hai cùng biết là hứa giả, tin vờ nhưng cũng cứ "diễn xuất" y như thực, và trong một lúc tình cảm nổi dậy chân thành quá, cả hai cùng đã thành công trong sự lừa người, lừa mình mà kết quả chẳng biết sẽ đưa tới đâu!

- Mỗi tháng anh nhớ đưa cho me một ít tiền tiêu vặt cho me vui. Me đã già rồi, bây giờ anh không thăm nom, lúc chết, làm đám ma to, tốn bạc nghìn thì có ích gì cho me?

- Anh đối với các chị tử tế một chút, đừng lãnh đạm quá như thế! Dù sao..

- Anh sẽ nghe em tất cả!

Trang vẫn tưởng "đi là hết", nhưng bây giờ nàng mới thấy không đành, Trang vẫn thấy cần phải thu xếp dặn dò tất cả mọi công việc, săn sóc những người chung quanh từng ly từng tí một.

Còn Bình, anh trở lại ngoan ngoãn như lúc mới gặp Trang lần đầu tiên,anh hứa sẽ sẵn sàng làm theo tất cả ý nàng muốn, dù Trang bảo vá trời lấp biển gì cũng nhận lời tất cả.

Tiếng còi xe vang dội ngoài cửa làm Trang tỉnh giấc. Nhìn đồng hồ thấy đã đúng năm giờ, Trang vội đánh thức Bình và con Mỹ dậy, mặc áo rất vội vàng. Trời cuối tháng chạp, gió sớm thổi từng cơn rét như cắt. Bà Ba cũng đã thức dậy, Trang nghe tiếng bà bật đèn, và khóc nấc từng cơn se sẻ. Có lẽ chỉ có một mình bà tiếc Trang, không phải vì thương Trang nhưng vì thương con Mỹ. Bà cô già không chồng sống rất cô độc, bà đã có rất nhiều lý do để thương Mỹ. Lý do thứ nhất là bà vẫn thường đeo nó trên lưng và nhắc mãi việc chính tay bà đã bế nó ra khỏi nhà thương, đã trả tất cả mọi tiền phí tổn sinh nở thuốc men ba đô la rưỡi. Bà luôn luôn khoe: "Chỉ trả có ba đồng rưỡi mà bế được cháu tôi về nhà, hạnh phúc biết bao!" Trước kia tất cả tình thương của bà hiến hết cho Đức Chúa trời rồi đến bọn chó mèo, nhưng từ ngày có con Mỹ, thứ tự phải xếp lại, nhất là Chúa Trời, thứ hai là Mỹ rồi mới đến bọn chó mèo. Bà dành phần bế con Mỹ, thì thầm với nó giọng đầy nước mắt:

- Cầu Chúa phù hộ cháu tôi, bình yên chóng lớn.

Ngoài cửa tiếng còi xe lại thúc giục. Trang nhìn căn phòng một lần cuối cùng rồi bước nhanh ra sân. Một làn gió lạnh thổi tạt qua mặt làm Trang rùng mình. Trang nhìn quanh như để từ giã nơi đã sống với nhiều kỷ niệm vui buồn. Bên phải là một bãi cỏ rộng mênh mông, nơi đây chiều chiều nàng vẫn đẩy xe cho Mỹ đi chơi, bên trái là vườn rau của bà Ba, sáng chiều nào bà cũng lo vun tưới rất cẩn thận, nhiều lần bà đi vắng suốt ngày Trang tưới giúp cho bà mỏi rã rời cả người. Cả ba cùng đi im lặng không ai nói gì, sợ phá tan cái không khí tĩnh mịch ban mai, sợ nghe giọng nói cảm động của mình, hay sợ phải nhắc đi nhắc lại những lời dặn dò quá nhiều lần rồi, chắc chắn là mình không thích nói mà người khác cũng không thích nghe.

Bà Ba chỉ đưa ra đến xe, Bình cùng đi lên sân bay. Lúc Trang lên máy bay rồi Bình thấy mắt anh hình như mờ đi. Trang nhìn qua cửa kính, nàng cầm tay Mỹ dạy nó vẫy ba. Máy bay đã cất cánh anh còn với trông theo bàn tay bé nhỏ của Mỹ và hình ảnh của Trang lần cuối cùng. Gió buổi sáng ở phi trường trống trải lạnh buốt cả hai má, anh chầm chậm bước ra về không để ý đến những chiếc xe taxi vắng khách, trở ra đang chào đón. Bình đi bộ trên con đường đưa ra thành phố, anh bước nặng nề từng bước một, cố phân tích cái cảm giác phức tạp của lòng mình.

Về đến nhà, Bình nằm lăn trên giường nguyên cả áo. Con người cẩn thận khét tiếng "cái gì lấy ở đâu để lại đấy" như anh lần đầu tiên đã phá giới, làm một việc trái hẳn thói quen không thay áo trước khi lên giường. Bình để yên hai dòng nước mắt tự do chảy tràn xuống gối. Cái giường đối với anh bây giờ hình như rộng quá, và căn phòng ngày thường anh vẫn cáu kỉnh vì nhỏ hẹp bây giờ bỗng như trêu anh hóa ra rộng mênh mông. Cái gối Trang nằm vẫn còn giữ vết trũng của đầu Trang gối lên tối hôm qua. Cái khăn bông Trang vẫn đắp lên cổ phảng phất một mùi hơi quen thuộc làm anh cảm động đến lặng người.

Cái bàn Trang vẫn ngồi đánh máy những bài viết, bản văn, bản dịch, những giấy tờ riêng của Trang làm ban đêm vẫn còn đó nhưng thiếu cái bóng trên tường, cái bóng người đánh máy bên ngọn đèn đêm ấy đã in trong trí óc một hình ảnh bất di bất dịch lúc nào mà anh không hay.

Mới cách đây mấy hôm anh còn khó chịu vì tiếng máy chữ lách cách, anh gắt gỏng vì suốt ngày ở sở đã nát óc vì những tiếng động, tối về nhà lại cũng vẫn những tiếng động ấy, tức chết được, anh không còn biết trốn vào xó nào! Đâu có phải người ta sống để suốt ngày liền đêm chôn vùi trong bực mình.

Nhưng giờ phút này không còn tiếng lách cách đáng ghét nữa thì lại hình như thiếu tất cả, bây giờ mọi thứ đều ngăn nắp sạch sẽ đúng như ý anh muốn, nhưng chúng như đã mất linh hồn, làm cho không khí thành lạnh lẽo cô đơn! Xưa nay anh vẫn ước ao, vẫn tranh đấu hằng ngày để có được cảnh rộng rãi, thứ tự và im lặng thì bây giờ nó lại hóa ra trống rỗng vô vị...

Bây giờ nhìn lên bàn viết không có bóng Trang in lên tường, nhìn đến giường Mỹ, bên cạnh tường mấy lỗ vôi loang lổ nhắc anh nhớ lại những lúc anh tức giận đánh vào tay Mỹ rất đau chỉ vì con bé thích moi móc những mảnh vôi trên tường đã bị nứt rạn ra, bây giờ không còn Mỹ nữa dù anh có cho phép nó phá vỡ cả một mảng tường.

Tất cả mọi thứ đều tan biến, chỉ còn im lặng cô đơn. Bình đã được những thứ anh thèm thuồng ao ước mà đáng ghét là tâm hồn anh chỉ có những cảm tưởng trái ngược. Bình bỗng nhiên thấy mình hóa ra hai con người khác nhau mà chỉ cách nhau mới có một đêm. Anh vùng dậy ngồi vào bàn, viết cho Trang bức thư đầu tiên sau khi nàng đi.

Trang bế con nhìn qua cửa kính, nàng cầm tay con bé vẫy cho đến khi máy bay đã lên cao, bóng Bình đã mờ dần rồi mất hẳn. Cổ họng hình như có gì chẹn lấy nghẹn ngào. Trang ngả đầu vào lưng ghế, nhắm mắt lại vờ ngủ.

Máy bay đã lên cao hẳn vượt lên trên mây, nhìn xuống không còn trông thấy phi trường Kai Tak, cũng không còn những ngọn núi trùng điệp của đảo Hồng Kông. Trang nhắm mắt nhưng trí óc rất tỉnh táo. Nàng nhớ lại tất cả những gì đã trải qua. Quá khứ lần lượt diễn ra trong trí óc như một cuốn phim dài. Một cuốn phim đời do chính tay nàng tự biên tự đạo, tự diễn. Trang đã biên kịch bằng tất cả tâm cơ, nàng đã đạo diễn với tất cả sự khéo léo của mình, và đã diễn hết tâm hồn.

Trang thấy mình đã thành công một phần nào dù phải trả một giá quá đắt. Bình vui lòng thả con chim bé nhỏ ra khỏi lồng, không phải lồng son, không phải lồng sắt, nhưng là một cái lồng tình cảm vô hình mà ai đã mắc vào không dễ gì ra thoát.

Sự thực khi nhận lời kết hôn với Bình, Trang đã chán đời. Gia đình bặt hẳn tin tức, Trung Hoa đã hoàn toàn hóa đỏ, các bạn đồng học kẻ còn người mất, tất cả đều chạy tán loạn, mỗi người tự tìm đường sống không liên lạc gì với nhau được nữa. Trang lánh nạn đến Hồng Kông tìm việc làm. Trong lúc nàng cô đơn và phải tranh đấu những mục tiêu không hợp với ý thích, Trang đã chọn liều một ngã ba không biết sẽ đưa đến đâu.

Trang lấy chồng mà chỉ coi như diễn một vở kịch tất cả mọi người trên đời đều có phần diễn. Điểm khác nhau là nếu gặp vai cùng đóng với mình, ý hợp tâm đầu, đồng tài sức thì sẽ diễn hay, diễn cho đến già đến chết vở kịch gia đình hạnh phúc. Kém hơn một chút sẽ diễn vở kịch nhẹ nhàng của cuộc sống an phận không sóng to gió lớn mà cũng chẳng rực rỡ huy hoàng. Vở kịch bình an.

Nếu không may, trái tim vàng "chọn chẳng đúng nơi" cuộc đời sẽ thành ra một bi kịch.

Mà ai làm sao biết được mình sẽ đóng vai tuồng gì trên sân khấu của cuộc đời biến hóa vô thường này! Ai có thể biết trước được mình sẽ có thể tự hào vênh mặt lên bảo thầm: "Bản công chúa chẳng cần ngắm kỹ, chỉ gieo một cái là quả cầu rơi đúng ngay đầu quan Trạng", hay là sẽ phải sụt sịt khóc ngấm khóc ngầm tìm cách đổ lỗi nào là kiếp trước vụng tu, nào là ông bà kém phúc, nào là ông tơ ngủ gật xe nhầm...

Trong cái không may Trang chỉ ngán mình! Một việc người khác phải đắn đo suy nghĩ là việc định đoạt chung thân thì Trang ngây thơ mới nghe câu hứa hẹn ngọt ngào "thương yêu săn sóc suốt đời" không bảo chứng đã vội tin ngay, tưởng ai cũng thành thực và nhiều tình cảm như mình nên mới sa lầy.

Trang chỉ còn cách tự an ủi là dù sao, tất cả mọi trường hợp trong kịch đời lúc nào nàng cũng đã đóng thật, đã hòa mình vào, đã tận dụng cảm tình chân thành, để lúc hạ màn hồi tưởng lại cũng còn dư vị say sưa ngây ngất, dù hương vị ấy lắm khi nhiều đắng cay mặn chát chứ không ngọt ngào như mong ước.

Chương 5.
Này cha... này mẹ... này em...

Trang về nhà thấm thoát đã ba tháng trời. Ba tháng sống thực sung sướng êm đềm với cha mẹ và hai em trai nhỏ. Hai người em này là con của một "dì" nghĩa là một cô vợ lẽ, đã mất từ lâu, ngoài ra lại còn Thu, một bé gái mới lên hai, cháu gọi Trang bằng dì.

Cả nhà cùng đồng ý không nhắc lại việc đã qua, những tai nạn kinh khủng trong mấy năm ly loạn, những duyên cớ làm cho cả nhà ly tán, mỗi người một nơi. Không ai muốn gợi lại những chuyện đau lòng mà mọi người đều lãnh đủ. Ai cũng muốn tận hưởng sự sung sướng còn sót lại rất ít, và mong sẽ lần lần hàn gắn vết thương. Cụ Xuyên, ba Trang, tuy đã già nhưng vẫn còn làm việc tại một văn phòng trong thành không xa. Ở sở cũng có một gian nhà phần của ông nên ông có thể ở cả hai nơi, trưa ăn cơm xong nghỉ ngơi tại sở, chiều đi bộ mười lăm phút về nhà với vợ con.

Chiều nay cũng như mọi chiều khác, hai cha con cùng bắc ghế ra sân nói chuyện. Ba Trang cầm tập số tử vi ông đã ra công nghiên cứu viết thành một cuốn sách dày. Ông xem một lúc rồi cười bảo Trang:

- Trang ơi! Khi ba chết rồi để tập số tử vi này cho ai con nhỉ? Các con đứa nào cũng tân thời cả, đâu có thích cái thứ khoa học huyền bí trăng sao này.

Ông dở trang số ông đã tự chấm lấy cho mình bảo Trang:

- Này con, ba năm nay không khéo lại có một "dì" nữa cho mà xem. Này nhé, cung này là cung Phối, chỉ sự nhân duyên của mình, đây là cung Thân, cung Mệnh. Con xem nào là Đào Hoa, Hồng Loan, lại còn Thiên Hỷ nữa, thật không chạy đâu cho thoát. Thế này là đối, thế này là chiếu, khi nào con nghiên cứu sẽ rõ, đúng không thể tưởng tượng được. Con có tin không? Năm nay thế nào ba cũng.. vườn mới thêm hoa!

Trang cười:

- Ai thèm? Người nào bằng lòng lấy ông già là không điên thì cũng "tàng tàng", sắp lên cơn đến nơi. Nhà mình bây giờ thì còn gì cho ai ao ước nữa. Chức nghiệp của ba tuy nghe cũng khá kêu đấy Văn Hóa Viện, Viện Trưởng, nhưng tiền lương chỉ đủ nuôi sống gia đình. Mình đâu có dư mà ba đòi... vườn mới thêm hoa. Con thấy thêm hoa không khó nhưng làm thế nào vun xới, săn sóc cho hoa tươi đẹp, làm thế nào cho "hoa" không lụy mình mà mình cũng không "lụy" hoa mới là khó. Nhất là cái giống "hoa biết nói" không phải vun xới bằng nước và phân nhưng bằng tình yêu, sinh lực và tiền. Ông già nào muốn trồng thứ hoa này phải có rất nhiều tiền nó mới sống nổi. Ba có đủ điều kiện không?

- Ở đời có nhiều việc lý luận dông dài, và chuẩn bị đầy đủ thì không bao giờ thành cả. Mặc dầu có đủ điều kiện hay không, cứ làm đi rồi sẽ thành. Về sau rách đâu vá đó!

- Bây giờ ba còn lãng mạn và liều lĩnh hơn cả bọn trẻ chúng con. Thảo nào mà người ta bảo trí khôn con người đi trong cái vòng tròn, hết vòng nó sẽ trở lại điểm đầu tiên. Ba như thanh niên mười tám vậy!

Ba Trang cười vẻ bí mật:

- Con không biết đấy. Ba béo tốt khỏe mạnh như thế này nên trông ba không ai dám bảo là sáu mươi tuổi cả.

Trai thanh niên dám chắc cũng không mấy ai bằng. Khối cô mê ba đấy nhé!

- Con không tin.

- Ba nói thực với con, con đã lớn và cũng đã có gia đình, con hiểu rằng một người bình thường và khỏe mạnh ngoài sự làm việc, ăn ngủ, còn sự cần dùng khác cũng rất quan trọng cần phải giải quyết.

Trang im lặng. Ông nói tiếp:

- Mấy năm sau này, ba muốn xem các con như bạn, ba thích bàn bạc nói chuyện đời với các con, mà bây giờ chỉ còn một mình con bên cạnh, ba càng coi như tri kỷ nên mới nói chuyện này.

- Không biết mẹ có bằng lòng không?

- Mẹ? Mẹ thì nhất định bằng lòng rồi! Đã mấy năm nay, mẹ cắt tóc ăn chay, tụng kinh niệm Phật, mẹ có để ý đến chuyện "trần tục" nữa đâu! Mẹ ngày đêm tụng kinh cầu nguyện cho ba sức khỏe, lo tẩm bổ cho ba mập mạp béo tốt. Nhưng ba ăn ngon ngủ yên quá lại đâm ra thừa sức khỏe, điều này mẹ không giải quyết cách nào cả.

- Ba quên là mẹ đã cưới hầu cho ba bao nhiêu lần rồi.

- Cái kiểu nàng hầu ấy, bây giờ ba không thích nữa. Cả ngày chúi đầu trong bếp, hay lo may vá, bánh trái. Nếu cần thì mình mướn người làm hoặc mướn bếp còn hơn!

Trang im lặng vì thấy rất khó trả lời. Vấn đề đã đến một cách đột ngột ngoài sức tưởng tượng. Người cha già ngày còn bé nàng thấy quá nghiêm nghị, bây giờ coi Trang như bạn cùng thảo luận chuyện đời một cách đứng đắn, cùng đùa như ngang hàng, và đồng thời cũng rất kính trọng lẫn nhau. Người cha, nàng đã tưởng nên ở cái tuổi "đọc sách xem hoa" bỗng dưng đâm ra trẻ lại.

- Con cũng biết đấy, ba không hề chơi bời như ai. Điều thứ nhất là giữ tiếng tăm cho đẹp, điều thứ hai là phí tổn nặng lắm nếu chơi bời bên ngoài, ba là có thể hại sức khỏe nếu lỡ bệnh hoạn. Vì thế ba định...

Trang cười hơi có vẻ ngạo:

- Ba định cưới một cô vừa trẻ vừa đẹp.

- Phải.

- Ba đã có người vừa ý rồi phải không?

- Phải, một người cùng sở giới thiệu. Cô này con nhà tử tế, đã có con nhưng chồng lên chiến khu rồi cưới vợ trên ấy. Cô ta buôn bán tự nuôi con. Đúng như con vừa nói, vừa trẻ vừa đẹp. Lâu nay chẳng thiếu gì trai thanh niên muốn cưới, nhưng cô ta không chịu! Cô ta bảo rằng bọn trẻ khó tin lắm, không thể phó thác cuộc đời được. Cô muốn lấy ba để có chỗ nương tựa về sau.

Trang tỏ vẻ nghi ngờ:

- Có thực như thế không ba?

Ông trả lời hớn hở:

- Cố nhiên là thực! Chính tai ba nghe nói mà! Cô ta mới hơn ba mươi tuổi lại buôn bán đảm đang, thiếu gì người thèm! Cô ta phân tích rõ ràng lắm, nói rằng: Trai thanh niên thì khó tin cậy, địa vị nhỏ không nuôi nổi vợ con. Người lớn tuổi thì ai cũng có gia đình đàng hoàng cả rồi, vợ họ lắm khi còn trẻ tuổi nhan sắc hơn mình nữa, làm sao ăn qua người ta được. Làm bé thì còn ai hơn ba! Vừa khỏe mạnh phương phi,vừa con cái đã lớn không can thiệp đến chuyện nhà. Mẹ thì ăn chay niệm Phật như một bà Sư, chức nghiệp của ba thì cũng danh giá chứ có kém gì ai. Cô ta về với ba chắc sẽ được giao tay hòm chìa khóa và sung sướng cũng như cảnh một vợ một chồng vậy!

- Lý luận của cô ta cũng hay đấy, nhưng chỉ có lý mà không có tình! Nói tóm lại cô ta không phải yêu quí gì ba nhưng chỉ cần có một người chồng, có chồng để làm bà, để cho đỡ cô đơn, để có người nuôi, để tỏ cho thiên hạ biết ta đây không phải ế, hay để bày làm cảnh chơi, hay có mục đích gì khác, hay tưởng ba giàu v..v... con không biết vì cớ gì nhưng chắc chắn không phải vì thương yêu. Dù sao ba cũng đã già rồi, khi người đàn bà bằng lòng lấy ông già phải có một lý do gì khác! Một là cô ấy điên, hai là cô ấy không điên nhưng sẽ làm cho mình điên.

Ba Trang cố cãi:

- Không phải đâu, con đừng nghi oan mà tội! Con trông ba có già tí nào đâu. Thân thể cường tráng, diện mạo phương phi, lại thêm ba nói chuyện ai cũng công nhận là có duyên đã mấy chục năm nay chứ không phải mới bây giờ?

Trang bật cười:

- Con không ngờ ba có khoa "nói chuyện" khéo thế! Thì ra ba thành công rồi mới tuyên bố! Đúng là "tâm ngẩm đấm ngầm chết voi".

- Con đừng cười, con nên hiểu bất đấc dĩ ba mới làm thế. Sự thực me con chưa già như me tưởng, nhưng chính me đã "lãnh đạm" việc đời sớm quá. Me chỉ lo cho cuộc sống ở thế giới Cực Lạc tương lai, còn cảnh hiện tại tối cần, cái điểm mà nếu hòa hợp được thì có thể gọi là chân hạnh phúc, me cho là không đáng kể.

- Thế ba định sao?

- Con giúp ba năn nỉ me đem lễ vật đi cưới người ta. Điều kiện của họ chỉ yêu cầu được me sang cưới mà thôi. Người này con nhà gia thế chứ không như những cô trước kia, mẹ chỉ đưa tiền cho người đón về. Xong rồi nhét vào bếp giữ việc cơm nước. Ba mong rằng con hiểu ba hơn... Cô ta thương yêu ba thực mới bằng lòng như thế.

Trang ngập ngừng:

- Dạ, con hiểu...nhưng...

Ba Trang nói lảng sang chuyện khác:

- Này con, số tử vi của con Mỹ tốt lắm. Nếu nó là con trai thì phải biết. Này nhé Tử, Phủ, Vũ, Tướng, Tả Phù, Hữu Bật, lại còn Văn Xương, Vũ Khúc cũng ở đây nữa.

Trang hơi có vẻ chế nhạo:

- Ba xem trật rồi, nó sinh ra giờ Hồng Kông không giống giờ Sàigòn, vì người ta thay đổi mỗi khi đổi mùa hạ hay mùa đông.

Ba Trang hơi bối rối, ông nói vớ vẩn:

- Không, số nó tốt thật! Nếu là con trai thì phải biết! Đáng tiếc! Đáng tiếc!

Trang thấy hơi ngao ngán một chút. Tại sao lại cứ phải tiếc? Tốt thì tốt, xấu thì xấu, xấu lại càng nên thương yêu nhiều hơn để bù đắp phần nào những thiệt thòi nó phải chịu mai sau, vì chính mình đã tạo ra nó? Sao lại phải là con trai mới đáng gọi là tốt, mới mãn nguyện?

Lại còn cái cô nào đó, Trang không thể tưởng tượng được bỗng dưng lại đâm thích lấy ông già. Cô có thích thật không, hay chỉ tưởng là lấy ông già để được nuông chiều âu yếm, dỗ dành, mặc sức làm nũng cho bõ lúc mình nuông chiều cái anh chàng trai trẻ mà bị hắn ta hắt hủi.

Rồi sau này khi phát giác ra những tiếng ho húng hắng nghẹn đàm lúc đêm khuya và lúc sớm tinh mơ, lại còn đôi mắt không thể nào "ly dị" được cặp kính lão, và vô số những thứ xương cốt mỏi mệt linh tinh, lỉnh kỉnh đi đôi với tuổi già nữa.....

Tất cả những cái phụ thuộc ấy có ảnh hưởng gì đến tình yêu thương của cô sau này không? Yêu thật hay chỉ là... Trang lẩm bẩm:

"Trời mưa nước chảy qua sân.
Em lấy ông lão qua lần thì thôi...
Bao giờ ông lão chầu trời.
Thì em lại lấy một người trai tơ."

Ba Trang bịt tai, nhưng ông mỉm cười chứ không giận dữ. Một chút tinh thần hài hước thuở trai trẻ của ông vẫn còn.

Lại còn mẹ nữa! Cuốn kinh khó hiểu với những cái tượng vàng son kia có thực là hạnh phúc của mẹ không? Hay chỉ là cái "mốt" của các bà sồn sồn? Các bà khi thấy mình già trước tuổi, bên cạnh ông chồng còn khỏe mạnh, còn thích nhiều vấn đề "trần tục", các bà cố ý ngả hẳn về một bên, lãnh đạm với ông, phớt hẳn "chuyện đời" để che đậy lòng tự ái bị thương tổn. Đem sự mộ đạo ra che giấu những buồn tủi trong lòng, làm bộ uy nghiêm để giữ tiếng tăm với đời.

Hai cha con mỗi người một ý nghĩ, cả hai cùng im lặng triền miên phiêu lưu trong trí tưởng tượng của mình, cả hai như bị ru, bị thôi miên trong tiếng mõ đều đều và tiếng tụng kinh trầm trầm. Bỗng Trang giật mình, con Mỹ và Thu chạy đến ôm chầm lấy nàng cười sằng sặc. Hai con bé tay cầm hai củ khoai, mồm cũng còn đầy khoai. Trang hỏi:

- Ai cho con thế này? Ơ hay, khoai ở bàn thờ thổ thần phải không? Con ăn vụng chốc bà phạt nhé! Lần sau con còn ăn vụng nữa mẹ không thương con đâu!

Thu hỏi:

- Bà có phạt con chó Tutu không? Nó cũng có phần ăn vụng?

Trang bật cười. Sung sướng thay bọn con trẻ thơ ngây! Chúng làm theo bản năng tự nhiên, trông thấy ăn được là ăn không hề thắc mắc!

Ba Trang ngửa mặt nhìn trời nhìn mây, ông mỉm cười một mình. Trang không muốn nói gì thêm sợ mất niềm vui mới mẻ trong lòng ông. Trong chốc lát Trang cảm thấy ông thay đổi hẳn đi, không còn là người cha nghiêm nghị mọi ngày, ông có vẻ đầy nhựa sống, tin tưởng đời hơn một thanh niên, và sẵn sàng hy sinh tất cả để vớt vát phần nào những hưởng thụ của tuổi trẻ đã qua.

Thấy Trang mãi không nói gì, ông cảm thấy một ý nghĩ khác thường đã đến trong đầu con ông, đứa con mà mỗi lúc nói chuyện với ông thường hay đem ra nhiều vấn đề hỏi ông nhất, thế mà hôm nay nó không hỏi gì cả. Nhưng dù sao, cũng đã mãn ý về cuộc "hội đàm" vừa rồi, ông vươn vai ngáp dài hỏi:

- Chiều nay có gì ăn con nhỉ? Cho ba một ly rượu thuốc đi.

- Dạ, có tôm tươi hấp, chấm nước mắm chanh ớt.

- Ừ, ba thích món này lắm! Me rất hiểu tính ba! Ba thích ăn gì, nghĩ gì, muốn gì, chưa nói me đã hiểu rồi. Mà tính me cũng có nhiều điểm giống ba lắm!

Chương 6. Sóng ngầm

Mẹ giống tính ba ở điểm nào không biết, chứ điểm nằm mơ thì rõ rệt nhất. Trong vòng vài tuần, sau khi đã "mở cuộc điều tra" về cô Tư, bà bảo:

- Tối hôm qua tôi nằm thấy cậu về.

Trang nhanh nhẩu:

- Ông nội hở mẹ? Ông nói gì hở mẹ?

Ba Trang cảm thấy có gì không hay cho ông trong sự "nằm thấy" của bà, hơi nghiêm sắc mặt hỏi:

- Cậu về? Về ra làm sao?

- Tôi nằm thấy cậu về mà sắc mặt có vẻ không vui. Cậu nói: "Con gắng tu hành để phúc cho con cháu nhờ. Phúc của ông bà bạc lắm, có đôi chút thì cũng đã gần tàn rồi. Nay mai đây có thêm một người đàn bà nữa là gia đình ly tán hết chứ đừng mong đoàn viên thịnh vượng. Số cô đó cao lắm, ai dính vào là sạt nghiệp chứ không phải chơi. Rồi đây không nghe lời cậu sẽ sanh ly tử biệt, tán gia bại sản, điêu đứng với nó."

Ba Trang đỏ mặt gắt:

- Nói bậy, mộng mị nhảm nhí. Mình đừng tin. Tôi thì nằm thấy mẹ về, mẹ vui vẻ lắm lại còn cho tôi một trái cam.

Trang ở giữa nghe cả hai bên cha mẹ kể chuyện nằm mơ, ngơ ngác như lạc trong mê hồn trận. Trong cuộc chơi "nằm thấy" hai bên nói trái ngược nhau, nàng không biết nên tin ai. Không có lẽ nào ông nội và bà nội ở bên kia thế giới cũng chia phe vì bất đồng ý kiến, và về báo mộng khác nhau!

Sự thực mẹ Trang vẫn có tính hay phát biểu ý kiến bằng cách nằm mơ như thế. Bà mơ thấy một người có oai quyền trong gia đình đã chết về quở trách, nói giùm cho bà những điều bà bất bình mà không muốn ra mặt phản đối, hay để truyền bá những tin tức bà nhặt được nhưng không tiện nói ra, vì sợ phải đưa chứng cớ có khi liên quan đến những người tai mắt. Thành ra bà chỉ có cách "nằm thấy" là tiện nhất. Bà sẽ có dịp phát biểu ý kiến mà khỏi chịu trách nhiệm, khỏi trình bày chứng cớ, và dù trúng hay trật cũng không thiệt hại gì ai. Thói quen này ông cũng đã hiểu nên không bao giờ tin, trừ phi giấc mơ nào có lợi cho ông.

Thường thường bà không nói ý kiến của mình, cho đến khi không thể đè nén được bất bình, hay không dằn được cơn giận bà mới kể một giấc mơ người chết về trách móc khuyên bảo, và ông dù không tin thì ít nhất cũng hiểu được ý bà đối với việc ấy như thế nào. Thành ra bà "phát ngôn nhân" của người chết để nói chính ý nghĩ của mình.

Nhiều khi đắm mình vào những giấc mơ huyền bí, bà đã bị những kẻ buôn thần bán thánh lợi dụng đủ mọi cách. Nhưng trong ký lục bị lừa của bà, những số tiền cúng kính, trai đàn, hay tô tượng đúc chuông thực không đáng kể vào đâu với cái chủ trương "người ăn thì còn, con ăn thì mất" của bà.

Bà hy sinh, các con cũng phải hy sinh theo trong những vụ mua bán phúc đức mà không ai biết mặt hàng ra làm sao! Nhưng dù sao trong lòng mọi người cũng có một chút vui vẻ tự hào vì trong cái thời buổi phúc đức khan hiếm này, mình đã là người biết nhắm thời cuộc "tích trữ" được rất nhiều phúc đức để dành lúc khẩn cấp đem ra dùng.

Chỉ có vụ bà Xương là không có gì an ủi được. Bà Xương nợ bà nhiều quá, lúc nào cũng có đủ tất cả các lý do để nhờ bà, nào là chồng đau, con đau, nhà cháy, trộm viếng... Nhưng kỳ thực những số tiền mượn được ấy, bà đánh tứ sắc hay dùng vào việc gì khác không ai biết. Lâu ngày chồng chất quá nhiều, bà không thể nào trả nổi, mà cũng không muốn trả, nên một hôm bà kể một giấc mơ huyễn hoặc, nói là hai gia đình vốn nợ nần nhau từ kiếp trước, bây giờ chỉ có cách phải kết thông gia với nhau, mới rửa sạch được tất cả tiền oan nghiệp chướng của cả hai kiếp. Bà xin cưới Huệ, em Trang, cho con trai bà để thực hiện lời thần mộng. Nếu như thế hai nhà từ đây sẽ thêm phần thân mật và khỏi phải nợ nần gì nhau nữa.

Giúp cho một người khỏi nợ là phúc lớn vô cùng. Mẹ Trang nghe tán chỉ phải gả chồng cho con gái, xóa một món nợ cho bạn, mà mua được một món phúc thật to cả nhà ăn mấy đời không hết, cho là món hời nên nhất định gả Huệ, dù cả nhà không ai tán thành cuộc hôn nhân.

Cưới xong không biết chồng và nhà chồng đối đãi thế nào, đến nỗi chỉ một tháng sau Huệ phải trở về nhà cha mẹ để kết liễu cuộc hôn nhân chỉ vì giấc mơ. Huệ trở về tay không, bỏ lại nữ trang, hồi môn của chìm của nổi, và còn cho rằng bỏ của chạy thoát được người là phúc lắm rồi!

Về sau, mỗi lần cãi nhau ông lại được thể nhắc:

- Mình nằm thấy thì cũng như Mụ Xương nằm thấy vụ gả chồng cho con Huệ. Rõ thật mất cả người lẫn của. Vay mượn giúp nhau không trả thì thôi, lại còn "các" thêm con gái cho nó!

- Ai bảo mình bằng lòng, nó cũng bằng lòng?

Ông cười gằn:

- Tôi mà bằng lòng? Mình nói không chịu gả nó cho thằng kia, con cưng của bạn quí của mình, thì mình nhảy xuống lầu tự tử. Nó vì thương mình, tôi cũng vì thương mình nên mới phải hy sinh một đứa con một cách phí phạm vô nghĩa lý như thế!

Bà nổi giận:

- Bây giờ mình đổ lỗi cho tôi phải không? Bộ thằng đó là ông Trời con, ông Thánh, ông Tướng gì hay sao, làm gì đến nỗi tôi phải nhất định gả, bộ không gả cho nó thì con tôi thối chắc?

Hai người cãi nhau "bất phân thắng phụ" cho đến khi cùng đồng ý đổ lỗi cho giấc mơ quái ác. Còn cái câu "Không chịu gả nó thì tôi nhảy xuống lầu" bà nhất định không nhận vì không nhớ. Sự thực người ta khó có thể nhớ một câu thốt ra trong khi không suy nghĩ kỹ.

Chung qui chỉ có Huệ là thiệt thòi nhất. Chỉ vì một giấc mơ đã phải chịu một đời chồng trong một tháng. Thật là một giấc mơ đắt giá nhất, khủng khiếp nhất và tuyệt đối thành công đúng theo mục đích của người đã sáng tạo nó.

Mấy hôm sau, mẹ Trang thấy đã đem tất cả các bậc gia trưởng trong nhà ra làm viện binh mà cũng không thể khuyên được ông, đành phải nhượng bộ như tất cả những lần trước. Bà lại ngoan ngoãn đem trầu cau đi đón dâu.

Thế là cô Tư được lên xe hoa lần thứ hai, gia đình Trang được thêm người cho nó "vui cửa vui nhà". Mẹ Trang chỉ đi đón cô Tư về theo lời yêu cầu của ba, nhưng trong tờ hôn thú nhận cô Tư làm vợ nhỏ bà không chịu ký tên. Không phải là bà không biết chữ, nhưng không bằng lòng ký. Đối với cô Tư, cô chỉ cần một nét chấm phá lăng nhăng vào cái khoảng trống ấy là đủ, không cần biết chữ gì và của ai. Ba Trang giải quyết một cách giản dị là gọi Trang ký thay mẹ.

Trong việc bảo con đồng lõa mạo nhận chữ ký hôm nay, ba Trang không thấy mình có tội, trái lại còn cho là đã giúp cho "cả làng vui vẻ", mọi việc đều giải quyết được gọn gàng êm đẹp.

Sự thực trong tâm hồn những người đàn bà, ai cũng thấy lòng tự ái bị tổn thương, và mường tượng một đám mây đen chớm hiện và sẽ lan rộng hăm dọa cảnh vật đang tươi đẹp thanh bình. Một mặt trận vô hình và không biên giới đang dàn dựng.....

Ba Trang muốn đề phòng những sự không vui có thể xảy ra nên để cô Tư ở căn nhà của sở, Trang và mẹ vẫn ở nhà cũ, và ông cho là cách xếp đặt lý tưởng.

Chương 7.
Ai buồn mặc ai

Trời mưa dầm đã mấy hôm, Trang không thể đi đâu và cũng ngán không muốn làm gì cả. Suốt ngày nàng phải giữ cho hai con bé khỏi chạy ra ngoài sân nghịch nước là một việc khó nhọc vô cùng. Mỹ và Thu bị quẩn chân phá phách đủ mọi thứ làm Trang càng mệt thêm. Mẹ Trang hết tụng kinh lại vào phòng nằm lim dim như ngủ. Thực ra Trang biết mẹ không ngủ, bà chỉ muốn nhắm mắt để tránh khỏi phải nhìn, phải nói chuyện với người khác. Có những lúc người ta muốn thu nhỏ mình lại, muốn biến vào hư vô muốn lẫn vào khoảng không, muốn tránh mặt từ người thân, kẻ lạ cho đến ngay cả mặt mình cũng không muốn nhìn, không muốn biết có sự hiện diện của mình nữa. Mẹ Trang đang ở trong tình trạng khủng hoảng tinh thần đến cùng cực ấy.

Từ ngày cô Tư về, Ông dọn đến sở ở hẳn, và bắt đầu từ đấy các bà bạn của Bà ngày ngày cứ đến nói rằng thăm, kỳ thực cốt để mách những chuyện "tai nghe mắt thấy", làm cho bà muốn để lòng thanh tịnh tu hành cũng không được. Niềm tủi hờn từ thuở xưa lại lảng vảng đến giằn vặt làm hoen ố những ngày tháng tinh khiết.

Cô Ngọc mách nào là hai người ngồi chung một xe xích lô dạo phố, nào là ông mở sâm banh thết cả sở lúc họ kéo đến chúc mừng "vườn mới thêm hoa". Cố nhiên là những chuyện ấy ông dặn người nhà không được kể lại cho bà biết, nhưng giấu làm sao được mọi người những tin hàng đầu giựt gân đặc biệt như thế!

Còn các bà bạn tự nguyện làm trinh thám tư không phải họ tốt gì với bà, nhưng chỉ vì do cái tính ngồi lê đôi mách quen rồi, biết thì không thể không nói được, nhất là họ rất muốn xem bà đau khổ như thế nào, phản ứng như thế nào, đánh ghen như thế nào v. v. Tất cả đều là những tin động trời cho cái xứ buồn bã trầm lặng, quanh năm không xảy ra một chuyện gì lạ ngoài những chuyện thăng quan tiến chức và bắt ghen đánh ghen này!

Mẹ Trang không vui nhưng bà lặng thinh cố chịu một mình. Trang cũng cảm thông nỗi buồn khổ của mẹ mà không dám gợi ra, chỉ tìm cách giúp mẹ khuây lãng. Nàng biết mẹ không bao giờ nhỏ mọn, từ ngày xửa ngày xưa bà đã không hề bắt chồng phải tuyệt đối trung thành với mình, nhưng theo ý bà dù sao cũng phải tế nhị một phần nào, đừng làm tổn thương lòng tự ái của người vợ tao khang quá đáng.

Cả tòa nhà ngang dãy dọc bây giờ đâm ra lặng lẽ âm thầm. Suốt ngày thỉnh thoảng mới có tiếng động: tiếng tụng kinh của mẹ Trang sớm và chiều. Nếu không có hai bé con chạy ra chạy vào thì người ta tưởng đấy là một căn nhà bỏ hoang. Ngoài ra còn có tiếng cãi nhau của hai vợ chồng láng giềng. Nhưng vài ba hôm họ mới cãi nhau một trận nên mọi người không phiền lắm.

Trong cảnh mưa dầm hôm nay, mỗi người ở một nơi, và mỗi người mang nặng trong lòng một niềm tâm sự. Ba Trang ở sở đang hưởng tuần trăng mật, ông và cô Tư chắc bận xây những giấc mộng tuyệt vời. Mẹ nằm vờ ngủ trong phòng riêng, tránh không cho mọi người trông thấy vẻ tiều tụy của mình. Chắc bà không nghĩ đến tương lai, cái tương lai gần trong hiện tại nó đen tối u uất làm sao! Ttương lai của bà ở thế giới Niết Bàn mà bà đã ra công bồi dưỡng mấy chục năm nay mới thực là đẹp, nhưng cái tương lai ấy sau khi chết mới được hưởng, và bà cũng như mọi người chưa muốn nghĩ đến cái chết của mình.

Trong lúc này chỉ có thể vui mơ về quá khứ. Quá khứ lúc nào cũng đẹp! Thực ra không hẳn thế, có khi phần xấu còn nhiều gấp bội nhưng khi đã thành quá khứ ai cũng sẵn lòng quên, huống chi trong hiện tại đen tối thì quá khứ là những ngày giờ vàng ngọc, là những năm tháng thần tiên đáng cho người ta hồi tưởng nhớ nhung lắm.

Tâm hồn bà hiện giờ đang mang nặng một vết thương mà những câu kinh nhiệm mầu "sắc tức thị không, không tức thị sắc... sắc sắc không không..." cũng không thể nào trị nổi. Bà đã hy sinh mấy chục năm trời cho chồng con, cho gia đình để đến lúc về già... giờ đây, nằm còng queo gối tay trên chiếc phản gỗ không nệm, mỗi lúc trở mình là rêm tất cả các khớp xương. Nguồn an ủi của bà chỉ còn là cảnh Bồng Lai ở bên kia thế giới, vì những câu kinh tối nghĩa không giúp ích gì cho hiện tại. Hơn nữa ngoài sự đau xót cho mình còn phải đau xót cho những đứa cháu bé không cha, đau cuộc đời mình chưa đủ còn đau cho cuộc đời của đàn con, mỗi đứa giữ một mớ "kỷ niệm" của tình duyên ngang trái.

Hằng ngày, ngoài giờ tụng kinh bà nằm lịm trong phòng riêng như thế để mơ đến quá khứ. Trời! Quá khứ mới đẹp làm sao! Những ngày hoạn nạn, nghèo túng, những giờ phút rau cháo có nhau, những lúc gia đình nguy biến, ông bà đã siết chặt tay nhau chèo chống. Những lúc ấy không bao giờ có một người đàn bà khác chen vào, chỉ khi nào tai qua nạn khỏi, cuộc sống dồi dào con người mới sinh ra đa sự!

Gần đến giờ lên đèn, tiếng vợ chồng ông Túy cãi nhau lại nổi dậy. Dù Trang không muốn nghe vẫn cứ lọt vào tai vì họ hét to quá. Cặp vợ chồng này lúc cãi nhau là trình bày tất cả những chữ tốt đẹp nhất trên đời mà không hề ngượng miệng. Trời mưa dầm như thế này không đi đâu được, ở nhà không có việc gì làm, không có chuyện gì nói, cũng không phải loại tìm vui trong sách báo, và cặp vợ chồng này cũng không có thói quen “tương kính như tân”, thì ngoài cãi nhau ra còn biết làm gì?

Trang mỉm cười vì đang nghe đến đoạn kịch liệt và “văn chương” cổ điển nhất, thì bỗng thấy anh Bê ở ngoài đi vào, cả người anh ướt sũng. Anh run rẩy nói:

- Chị cho tôi xin một ly rượu, rượu gì cũng được, lạnh chết mất!

Trang vội vàng tìm chai rượu thuốc rót một ly đưa cho anh ngạc nhiên hỏi:

- Áo mưa anh đâu? Đội nón lá thế kia thì ăn thua gì!

Anh Bê uống cạn cốc rượu, mặt dần dần bớt tái, đôi mắt có tinh thần hơn. anh cởi áo vắt nước và lấy khăn lau mặt nói:

- Áo mưa tôi bị chuột cắn đưa nhờ người ta vá chưa xong. Chà, không ngờ hôm nay mưa to quá!

- Bộ 12 Bà Mụ gọi đi cho kịp giờ đầu thai hay sao mà vội vàng thế? Đi đâu đợi tạnh bớt không được sao?

- Tôi cũng mong được đi đầu thai nơi nào khác cho khỏe một chút! Kiếp này khổ đủ rồi! Cho tôi xin ly nữa chị. Nghĩ cái đời tàn của mình không say thì cũng cố kiếm dịp mà say. Say lăn lóc, say cho khỏi mắt thấy tai nghe, bởi vì chỉ thấy, nghe toàn những chuyện chướng tai gai mắt!

- Anh bi quan quá!

- Không bi quan thì muốn lạc quan cũng không nổi! Mưa như cầm chĩnh đổ thế này mà cô ấy ăn rở thì tôi chỉ có nước chết!

Trang trêu:

- Ơ kìa, người ta ăn rở mặc người ta, quan hệ gì đến cái sự sống với chết của anh! Đời người đàn bà còn gì thú hơn ăn rở nữa! Phát tài là một, thêm đinh là hai, toàn chuyện thế nhân ao ước cả! Ai ăn rở được thì cứ việc phình bụng ra mà ăn!

Anh hậm hực:

- Ăn rở là việc riêng của cô ấy đã đành! Nhưng tôi thân tàn ma dại như thế này, trời lại mưa to gió lớn như thế kia, cái gì có sẵn trong nhà cô không thèm rở, lại rở cái món nước đá có chết tôi không? Từ Nội thành xách bình thủy ra tận phố để mua mấy cục nước đá về cho cô xơi. Còn vài bận như thế này nữa chắc tôi phải đặt sẵn quan tài trước cho vừa ý.

Anh ngừng một lúc, thở dài nói tiếp:

- Nghĩ cái thân làm hầu non ông già cũng sướng thực. Cái thứ đàn bà ốm nghén ai mà không nôn ọe. Ốm nghén thì đời nào chết ai mà đêm hôm cũng bắt đi mời thầy thuốc. Thuốc tây, thuốc ta, thuốc nam, thuốc bắc đủ cả, một ngày cô xơi tám mươi lăm thứ thuốc, không hiểu tại sao còn chưa trúng thuốc lăn đùng ra đấy cho rồi. Lại còn cả ngày bà con tới thăm nườm nượp, tôi chỉ một việc pha trà hầu nước cũng đủ thở ra hơi tai rồi.

Biết anh giận, Trang cố ý trêu:

- Thì "lão bạng sanh châu", anh không lo nhưng "đương sự" người ta lo. Tâm sự ai nấy biết, con ai nấy thương! Chuyện anh cho là không quan trọng nhưng đối với người khác lại rất quan trọng thì sao?

- Thôi đi, chị bênh cô ta phải không? Cái thứ ốm nghén lúc bắt đầu ai chẳng ựa hơi lên. Chỉ có cô mới ựa hai cái đã bắt đi mời bác sĩ. Nghĩ cũng tội nghiệp cho cái thân ông bác sĩ, nửa đêm trời mưa trời gió đang ngủ trong chăn ấm cũng bị dựng đầu dậy để đi xem bệnh cho cô. Tưởng cô trúng phong trúng gió hay thập tử nhất sanh thế nào, hóa ra cô chỉ... ựa!

Anh lảo đảo đứng dậy tựa vào tường có vẻ muốn ngả:

- Ăn vô thì dễ móc ra thì khó, tẩm bổ vừa chứ tẩm bổ cho lắm rồi thì đẻ không ra mà khốn.

Trang nhìn anh ái ngại. Toàn thân anh như một bộ xương bọc da, nhất là đôi mắt không còn tinh thần. Đã nhiều lần Trang khuyên anh bớt uống rượu và lo giữ gìn sức khỏe, nhưng mỗi lần nói là một lần cãi nhau không bao giờ đi đến đâu cả. Bệnh nghiện rượu của anh đã trầm trọng quá chỉ một phần, còn một phần anh tự đắm mình vào những cơn say túy lúy để quên cái đau của tâm hồn.

Mồ côi từ bé, anh đến với gia đình Trang từ lúc mới lên bẩy. Anh sống nhỏ làm con nuôi, lớn lên vẫn theo gia đình Trang đi khắp nơi, làm một người quản gia trung thành. Anh đã từng có nhiều cơ hội để tìm việc làm hay rời khỏi gia đình Trang, nhưng anh từ chối tất cả. Anh thích sống nơi anh đã coi như gia đình của anh, cùng chia hưởng tất cả những vui buồn, hoạn nạn. Ba Trang cưới vợ cho anh nhưng anh đi theo gia đình Trang mà không cho vợ đi. Chị Bê cũng thích ở nhà tiếp tục công việc buôn bán của chị. Hai vợ chồng như Ngưu Lang, Chức Nữ hằng năm mới có dịp gặp nhau một lần.

Có lẽ tại chỉ Bê đảm đang quá nên nghĩ đến cảnh nhàn nhã trong một đại gia đình chị không quen và không thích sống tù túng. Chị thích buôn bán tảo tần, không cần anh cung cấp, có khi chị còn cung cấp trở lại cho anh Bê nữa là khác. Hai người chỉ sinh được một trai và đặt hết hy vọng vào đứa con rất thông minh ấy. Chẳng may hồi loạn lạc con chị bị bắt trong một cuộc bố ráp trả thù của Pháp, và bị sắp hàng bắn cùng hai chục thanh niên khác, cậu bé mới mười chín tuổi!

Từ ngày mất con anh Bê đâm ra tuyệt vọng chán đời đến cực điểm. Tự biết mình không khỏe lắm, và đến cái tuổi không thể sanh nữa, cha già con muộn, sanh ra rồi chẳng may mình chết đi lúc con còn bé, vứt một đứa bé mồ côi ra ngoài đời để nó lại tiếp tục một cuộc sống, cũng có thể là giống như mình vậy, anh Bê không muốn. Anh không còn mục đích, không hy vọng, chai rượu không rời khỏi tay anh nữa!

Không ai khuyên được anh, kể cả chị Bê. Mặc dầu chị Bê còn đau khổ hơn cả chồng. Suốt đời chị tuy có chồng nhưng không bao giờ sống chung dưới một mái nhà, chị chỉ có một đứa con để an ủi, đứa con chị đã săn sóc nuôi nấng từ bé cho đến khi khôn lớn, bỗng bị cướp đi một cách oan ức.

Từ thuở còn con gái chị đã phải mỗi sáng gánh một gánh chè tươi ra chợ bán, đến lúc lấy chồng cũng vẫn sống như thế, và suốt mấy chục năm chị vẫn nhờ gánh chè để nuôi con khôn lớn. Cho đến bây giờ, đã thành một con người già trước tuổi, chị vẫn còn phải gánh chè tươi ra chợ bán không thay đổi chút nào.

Cuộc sống con gái hay có chồng của chị chỉ khác ở tiếng gọi "chị Cửu" theo cái hàm Cửu phẩm Văn giai, một chức tước hạng bét, hữu danh vô thực, Triều đình đặt ra cho vui, của anh Bê, ngoài ra không có một kỷ niệm gì khác hơn. Và bây giờ đời chị tàn dần trong gánh chè tươi, đời anh Bê tàn dần trong cốc rượu

Anh Bê bế con Thu lên hôn và nói tiếp:

- Tôi ở trong nhà này từ bé, mẹ coi tôi như con, mẹ có bao giờ sai tôi những việc như ngày nay người khác sai tôi đâu! Hà, đời mẹ, tôi chưa bao giờ thấy được hoàn toàn sung sướng cả. Tu nhân tích đức cho lắm vào để rồi kết quả như thế đấy! Bao nhiêu công lao đổ cả xuống sông xuống biển, xây dựng khó nhọc để rồi cho chúng hưởng!

Giọng anh trở nên mơ mộng:

- À, cũng có. Hồi ấy ba rất trẻ và rất đẹp trai, me cũng đẹp lắm, đẹp mê hồn nữa là khác. Ba làm thêm rất nhiều việc, hoạt động rất nhiều ngành, mẹ cũng giúp đỡ phần lớn. Tôi còn nhớ có khi các hãng bên Pháp đặt hình phong cảnh hàng nghìn tấm, cả nhà phải làm đêm. Hình thì chụp kính chứ không phải như phim bây giờ, phải cầm từng miếng kính chao đi chao lại trong nước lã cho sạch chất thuốc, nước lạnh buốt cóng cả tay nhưng cả nhà cùng làm việc vui ghê!

- Rồi cái hôm ba được thăng chức...

- Tôi biết, hình như chỉ ăn mừng trong nhà, mỗi đứa trẻ con được một khúc bánh mì với chả.

- Chị còn nhớ hồi ba đi Saigon về lúc nửa đêm với chiếc xe hơi đầu tiên, mua cho các chị quà gì không?

- Sao lại không? Phần tôi được một con cóc sành làm bùng binh.

- Món đồ chơi chị nói chuyện với nó không bao giờ chán.

- Ờ mà hồi đó ba hay đi Saigon luôn.

- Cố nhiên. Ba làm thêm với hãng Pathé chuyên thu đĩa hát cải lương. Các nghệ sĩ Năm Phỉ, Phùng Há, Tư Chơi, hồi ấy đều là bạn thân. Ba chuyên đặt lời ca những bài bản lớn như Văn Thiên Tường, Trường Tương Tư v.v... để vô đĩa. Hãng trả tiền mua nổi xe hơi là phải biết!

- Ờ, ờ, hồi đó nghe mãi nên tôi còn thuộc lời ca vài bài. Không ngờ ba tôi lãng mạn, làm lời ca tình tứ du dương đến thế.

- Rồi lúc các chị lớn, Hoài làm thơ, Huệ đánh đàn, Dung kể chuyện dù láo thiên láo địa đến đâu nghe cũng y như thực, Trang mơ mộng một mình và viết nhật ký rồi xé đi...

Những ngày ấy vui quá chị nhỉ! Bây giờ mỗi người một nơi... Mẹ mong các chị được hưởng thái bình thế mà rốt cuộc bây giờ lăn ra ngoài đời, ai cũng... Chuyện đời nghĩ thực là.. Hừ.... Biết thế ngày xưa...

Trang ngắt lời:

- Thôi, anh đừng nhắc lại nữa! Anh biết nhiều lắm. Anh cứ giữ lấy những sự hiểu biết của anh làm của gia bảo để dành chết đem theo, đừng nói với tôi nữa!

Anh trở giọng lè nhè cười:

- Chị cho tôi hai mươi đồng đi nhắm rượu, tôi giữ hai em cho chị suốt chiều nay.

Trang đưa hai mươi đồng, anh cầm lấy có vẻ bằng lòng lắm, dắt con Thu và Mỹ ra khỏi phòng nói:

- Thu, Mỹ. Bà cho cậu tiền uống rượu, Me cho cậu tiền uống rượu. Khi nào cháu lớn lên có tiền mà cậu còn sống thì cũng nhớ cho cậu tiền uống rượu nghe không?

Hai con bé không hiểu gì nhưng thấy được dắt đi chơi vỗ tay reo ầm lên:

- Nghe, nghe!

Còn lại một mình trong phòng Trang tê tái nghĩ đến sự đổ vỡ ghê gớm. Đại gia đình, tiểu gia đình, tất cả đều rất kiên cố mà cũng rất mỏng manh! Trong nhà Trang, từ cha mẹ cho đến các anh chị em, không ai có tài năng gì xuất chúng cả, nhưng không hiểu sao mà lắm tai nạn rủi ro đến thế được. Nếu có tài còn đổ thừa cho "chữ tai một vần" đằng này toàn là những kẻ ngây thơ vô tội cả!

Dung ở Saigon thức khuya dậy sớm tảo tần nuôi hai con dại. Huệ đang sống dở chết dở ở hậu phương với một đàn con và đức lang quân thi sĩ nghe nói có một khối ghen kinh khủng. Hoài gởi bé Thu cho mẹ, đang lang thang ở

Pháp gắng học tìm quên Trang về nương náu với gia đình mà bây giờ đi cũng dở, ở cũng dở.

Mẹ già hiu quạnh nằm ôn lại dĩ vãng... Mỗi người đều mang một vết thương nặng không một danh y nào chữa nổi, vì đó là những vết thương vô hình. Còn ba Trang, tuy đã già vẫn còn đầy "nghệ sĩ tính", chắc cũng không hẳn hoàn toàn sung sướng, mặc dầu hiện tại ông có vẻ dễ chịu hơn tất cả.

Sự thực ba Trang cũng rất khó xử. Đối với người vợ tao khang, người vợ ngày xưa đã có một thời được gọi là "tuyệt sắc giai nhân", người vợ ông đã phải tranh đấu với tất cả trăm nghìn trở lực gia đình mới cưới được, người vợ hàng bốn mươi năm trời chia ngọt sẻ bùi, cùng chung hoạn nạn. Dù không kể lương tâm thì cũng cần thể diện không thể nào dứt hẳn được. Ông không dám bỏ vì sợ thiên hạ chê cười có ảnh hưởng đến sự nghiệp và danh tiếng, chứ thực ra ông đã chán lắm rồi. Chán mà vẫn phải tử tế, thực khổ tâm làm sao!

Sau khi đã chia đôi lãnh thổ, đem cô Tư sang lập tiểu gia đình tại sở, thỉnh thoảng ông lại tự cười thầm mình. Trong số tử vi của ông, ngày xưa có một ông thầy chấm cho ông và diễn tả bằng thơ trong có câu "...Đông thệ Tây minh tâm tự Thạch", thạch là đá mà Thạch cũng là Thạch Xuyên, biệt hiệu làm thơ của ông. Nhiều cách giải nghĩa làm ông cứ tưởng mình tài giỏi, chắc sau này sẽ có cơ hội đi sứ các cường quốc, dùng ba tấc lưỡi nói dóc đem thịnh vượng lại cho quốc gia, không ngờ ngày nay ứng nghiệm rõ ràng, chỉ sai ở chỗ ông không đại diện cho quốc gia mà chỉ đại diện cho chính bản thân mình. Và hai giang san thu hẹp lại là hai gia đình, cũng là "tiểu giang san" chứ sao! Từ nhà đến sở và từ sở về nhà, cứ phải "Đông thệ Tây minh" mãi cũng oải cái thân già lắm chứ!

Đôi khi thử so sánh, một bên là bà vợ chánh thức, cùng chia ngọt sẻ bùi từ thuở hàn vi, công lao đối với gia đình rất nặng. Một bên là cô Tư trẻ đẹp, biết nũng nịu, biết chiều chuộng sự cần dùng của ông... bên nào nặng, bên nào nhẹ?

Chao ơi! Cái sứ mệnh "Đông thệ Tây minh", đem thịnh vượng lại cho cả hai tiểu giang san mới nặng làm sao! Ông cho là còn khổ hơn, khó hơn đi sứ đại diện cho quốc gia cả trăm lần, thảo nào mà chính Khổng Tử cũng nhận là phải tề gia rồi mới trị quốc được!

Ông đã có ý định đối xử rất công bình, mà lúc nào cũng thấy đầu cân bên cô Tư nặng hơn! Chứng cớ là hàng tuần ông chẳng về qua nhà thăm bà một lần, và nếu có dịp tình cờ ghé lại một lúc, ông cảm thấy xa lạ như khách, chỉ ngồi nói vài ba câu chuyện nắng mưa trước tách nước trà rồi ra về, về nơi cô Tư đang chờ đợi.

Lắm khi thấy bà sống quạnh hiu, thấy bà mừng rỡ cảm động ra mặt khi gặp ông, dù chỉ năm mười phút, thấy bà buồn rầu khi ông đứng dậy, lương tâm ông hơi cắn rứt, mà như thế thì phiền lắm, giờ phút này cái món lương tâm ông chỉ muốn gói kỹ lại cất vào đáy rương, ném chìa khóa xuống sông Hương cho nó mất tích đi. Đến nước này chỉ còn cách không thăm viếng là khỏi phải bận lòng!

Lắm lúc vì nể không thể từ chối lời mời khẩn khoản của bà, ông hứa sẽ trở lại ăn cơm chiều thì lần nào cũng đều sai hẹn. Một phần vừa hứa xong ra khỏi nhà ông quên ngay lập tức, một phần cô Tư không cho ông đi. Cô ngăn cản ông bằng đủ mọi cách, có khi nũng nịu nói hẳn ra mặt cô không muốn ông gặp bà, có khi cùng ra khỏi cửa cô đổi hướng đi về lối khác, cô đòi dạo mát hồ Tịnh Tâm, bến Thương Bạc, hay đến thăm bà con của mình. Còn ông cũng như những người hùng dại gái khác, một khi đã thành "tù binh" của phái yếu rồi, chỉ còn cách nhắm mắt phục tùng mệnh lệnh mà thôi!

Những tiếng chuông ngân nga bỗng nổi lên trong cảnh tĩnh mịch sau một cơn mưa gió, Mẹ Trang đã bắt đầu tụng kinh chiều. Giọng bà lúc trầm trầm lúc lên cao, như thổn thức, như kể lể những đau thương của mình với thần linh. Trang nghĩ thầm may mà mẹ còn có thể tìm thấy một chút an ủi, dù không thực tế, nhưng cũng giúp bà qua được những giờ phút tối tăm nhất của cuộc đời!

Chương 8.
Kẻ cười... người khóc

Một buổi chiều tàn rất chậm, nhưng cuối cùng nắng cũng tắt, chỉ còn sót vài ánh vàng tươi trên những ngọn cây cao nhất. Cả Nội thành im lìm như chìm lặng dần dần trong hoàng hôn. Ngoài đường đã hết người qua lại, chỉ còn vài chị bán cá tươi vừa mới mua cá ở bến, chạy đi bán dạo cất tiếng rao lanh lảnh, vừa rao vừa chạy, nếu ai muốn mua mà không gọi lại nhanh thì có khi vừa nghe rao xong chớp mắt đã thấy chị chạy đến cuối đường xa tít rồi.

Mẹ Trang đã quen mua cá chiều nên thấy bà đứng chờ ở cửa, chị bán cá không cần gọi cũng đặt gánh xuống ngay. Bà chọn một con cá thực tươi bảo Trang:

- Đã lâu không thấy ba về, con qua sở thăm ba đi. Đem con cá này bảo cô Tư luộc làm sốt hành dấm, ba thích món này lắm.

Không bỏ sót một cơ hội nào có thể dạy con, bà thêm:

- Làm cha mẹ muốn ở sao cũng được, nhưng con cái thì phải luôn luôn hiếu thuận nghe không con? Ba không sang thăm con, thì con phải thăm ba, ăn ở sao phải đạo làm con mới được!

Trang vâng lời mẹ khoác chiếc áo dài, xách giỏ cá ra cửa. Từ ngày về nhà, Trang đã trở lại với tất cả nền nếp của gia đình cổ, với cách sống giản dị đơn sơ của những người trong xóm nhỏ. Mỗi lúc ra đường không cần phải trang điểm cẩn thận như lúc còn ở Hồng Kông, nàng chỉ khoác thêm chiếc áo dài, cầm cái nón lá, là có thể ra cửa kéo lê đôi guốc từ đầu xóm đến cuối xóm, từ Nội thành ra đến chợ Đông Ba, tất cả đều thanh cảnh hợp với cuộc sống êm dịu nhẹ nhàng của quê hương.

Trang băng qua sở, hết giờ làm việc đã đóng cửa nên đi vòng ra sau tư thất. Không có ai lên tiếng, cửa ngõ đóng kín. Cả nhà đều đi vắng. "Nhà" đây là ba Trang, cô Tư, Tân, Tấn và một chị nấu cơm. Chị bếp đi chơi, anh Bê cũng không thấy. Chắc lại ra phố uống rượu, vì phận sự của anh là liên lạc hai nhà, ngày ngày đạp xe đem những "tin tức quan trọng" báo cáo với "nha hữu quyền", anh không có bên nhà mẹ, cũng không có ở đây, Trang biết chỉ có thể tìm anh trong quán rượu.

Trang nằm lên võng ngoài hiên chờ. Nàng vừa đưa võng vừa nhìn quanh. Cỏ may trong vườn không ai săn sóc, mọc lấn các thứ cây khác và cao lên tận đầu gối. Mới cách đây ít lâu mỗi tháng hai lần, mẹ Trang sang chơi và mướn người làm vườn luôn nên lúc nào cũng sạch sẽ, bây giờ bà không sang nữa, vì đã có cô Tư ở đây săn sóc ông. Nhưng đối với cô Tư sự săn sóc chỉ thu gọn trong phạm vi trên chiếc giường, nên ngoài ra không có một nơi nào có thể tạm gọi là ngăn nắp sạch sẽ cả.

Trang bâng khuâng nhìn cảnh vườn bao la đầy cỏ dại, nàng tưởng như mình lạc vào một khu rừng hay một hoang đảo nào. Lẫn giữa đám lau sậy, những cây chuối tơ xanh tươi trông rất ngon lành, nhiều cây đã bắt đầu trổ bắp. Đó là vườn chuối sáu tháng trước đây mẹ Trang đã thuê người bứng chuối con ở vườn nhà đem đến gầy. Bất giác Trang chợt nhớ đến cái câu rất cổ xưa: "Ăn trái nhớ kẻ trồng cây." Nhưng bây giờ lòng người không còn "thiện" như lúc "nhân chi sơ" nữa, nên có lẽ lúc được ăn họ còn cười người trồng đã tốn công phu gây dựng mà vô phúc không được hưởng.

Nhà láng giềng mở máy truyền thanh nghe âm nhạc buổi chiều, một điệu hát buồn buồn tả người thương binh nhẹ nhàng ngân lên phá tan cảnh tĩnh mịch.

Trang bỗng nhiên thấy sợ cô đơn, sợ quạnh hiu, sợ cảnh chiều tàn, sợ từ bóng cây chuối chập chờn bên vách, cho đến những viên gạch ném bừa bãi dưới chân cột cái trang thờ Thổ thần trong vườn cỏ dại đìu hiu.

Trang vừa định ra về thì bỗng có tiếng chân lạo xạo và tiếng cười nói từ sở vọng đến, Ba Trang và cô Tư cùng ngồi một xe xích lô, Tân và Tấn đi xe đạp theo sau. Mọi người vào cổng đang cười nói vui vẻ chợt thấy Trang nằm lắc lư trên võng, đều ngạc nhiên và nụ cười mãn ý sau một cuộc vui chơi tắt hẳn trên môi người lớn một cách khó chịu. Bất giác Trang cảm thấy một nỗi tủi hờn vô căn cứ xâm lấn. Trang nhìn mọi người dửng dưng và đáp lời chào "thưa chị" của Tân, Tấn một cách lạnh nhạt.

Cô Tư bỗng nhiên cười khanh khách nói:

- Hi hi hi... hát hay ghê! Có cái ông chi mô ngồi gần tui, cứ nói chuyện với tui khen "ma đàm" đẹp lắm. Lại còn tưởng tui là mẹ của thằng Tân cứ khen hai đứa học giỏi hoài!

Không thấy ai nói gì cô tiếp:

- Còn cái ông Thi ngồi một bên tui, mặt ngó đằng trước mà con mắt cứ liếc về một bên, liếc thiếu điều muốn rớt con ngươi! Ông ta lại còn nói cụ tốt phúc nữa, hi hi hi... À cụ này, tờ số cụ chấm cho tui ngày đi đánh bài tốt mô rồi? Mấy bữa ni không ai chịu đánh bài, nhớ chi mà nhớ nhớ lạ! Mấy bà bữa ni chạy tui hết rồi, họ nói tui đánh cao quá họ đánh không lại. Mình phải kiếm thêm tay mới không thì buồn chết! Một ngày không đánh bài là nhớ sinh bệnh!

Trang thấy tức nghẹn lên đến cổ, dù rộng lượng đến đâu người con gái bao giờ cũng bênh mẹ khi gia đình có chuyện bất hòa. Thấy cha tìm hết cách làm vui cô Tư bỏ mẹ hiu quạnh bơ vơ, và nhất là hôm nay, ngày trường học của Tân và Tấn phát thưởng, bao giờ cũng mời cha mẹ học sinh. Nghĩa là mời Ông và Bà, thế mà ông không đem mẹ lại đem cô Tư đi. Trong xã hội Việt Nam vẫn coi trọng sự chính thức: "miếng giữa làng bằng sàng trong bếp", ba đem cô Tư đi nghĩa là địa vị người vợ chính thức của mẹ, ba không còn coi ra gì nữa! Từ chốn văn minh trở về sống trong gia đình cổ, Trang thấy đầu óc mình cũng trở về với những nền nếp cổ, Trang giận cha và thấy không thể tha thứ trường hợp hôm nay.

Ba Trang vào nhà trong thay áo, cô Tư đi theo vào thì thầm với ông một lúc những gì không rõ, bỗng ông đùng đùng đi ra và quát lên:

- Trang, ai cho phép mi tới đây lầm lầm, làm mặt giận với cha mi hở? Mi thấy tau không chào, thấy dì mi cũng không thèm ngó. Đồ kiêu ngạo! Mi giận ai mà nằm vạ ra đó?

Trang vừa ngạc nhiên, vừa kinh khủng vừa ngẩn ngơ! Một làn hơi từ bụng đưa lên và đứng dừng ngay tại cổ làm Trang nghẹn cứng hơi thở không thể nói gì được.

Không thấy nàng trả lời ông lại quát:

- Tau hỏi sao không trả lời? Đồ con đã lớn rồi mà còn ăn bám cha mẹ! Sao không kiếm đường xéo đi đâu thì xéo cho rảnh? Đã giận sao còn ở lại ăn tốn cơm tau làm chi? Đồ vô phúc!

Trang vùng dậy hoảng hốt chạy ra cửa, nàng băng qua vườn cỏ may ra ngả sau để về cho gần. Đám cỏ may xước vào quần áo, gai dại xóc vào chân làm Trang thấy đau nhói lên từng hồi, nhưng nàng mặc cho chúng tha hồ xước, cái đau xác thịt không nhức nhối bằng cái đau tinh thần. Trang muốn chạy trốn thục nhanh, chạy trốn tiếng quát tháo của cha, tiếng cười the thé rùng rợn của cô Tư, nhưng không có Trang ông không còn quát ai nữa, chỉ còn tiếng cười rú lên từng cơn đuổi theo Trang như tiếng cười ma quái.

Trang đến góc vườn chui qua lỗ tường bị phá đổ, đó là lối tắt của mấy người gánh nước muốn đỡ đường đất nên khi tường đổ họ phá rộng thêm đủ chui lọt người qua. Bên ngoài tường có một cái rãnh dài dọc theo bờ tường. Trang vô ý vừa bước ra liền té nhào xuống rãnh. Trang đứng dậy phủi áo và xuýt xoa ôm bụng ra về. Bóng tối đã lan tràn từ lâu, đêm trong Nội thành âm thầm như một bãi tha ma. Từng ngọn đèn đường yếu ớt và cách nhau quá xa không đủ sức chiếu sáng suốt quãng đường dài.

Bên tường có mấy người sĩ quan lảng vảng gần đấy, họ được phép nghỉ buổi tối và hay thẩn thơ đi dạo mát những con đường vắng trong Nội thành để tìm "tứ thơ", nơi có các chị bán chè, bán cháo đêm. Thấy Trang từ trong vách tường chui ra và ngã xuống rãnh, một người có lẽ tưởng nàng là cô nương Thúy Kiều tân thời chui rào đi tìm Kim Trọng, cất tiếng cười chế nhạo hát:

"Quần đen áo trắng cho dòn.
Nghe anh huýt gió mà lòn ngả sau."

Trang cúi đầu đi thẳng không hề dám nhìn lại. Mỗi bước chân nàng dẫm xuống đất bụng lại đau nhói lên. Nước mắt Trang lặng lẽ chảy dài xuống má.

Trang sinh được một gái sau mấy hôm nàng ở sở về bị kích thích quá độ. Đứa bé chưa đủ tháng nên rất nhỏ và yếu. Trang nằm một mình trong nhà hộ sinh với chị Năm, người nàng mướn nuôi đẻ. Mẹ Trang về quê vắng nên chỉ có con Thu và Mỹ, ngày ngày chị Năm dắt đến thăm.

Nhà hộ sinh Trang nằm, đỡ đẻ theo Âu Tây, nhưng săn sóc theo lối "cổ điển". Nghĩa là cấm rất nhiều thứ như: không được mở cửa sợ gió sau này sẽ chóng mặt, không được ngồi dậy sợ đau bụng, không được ăn canh lỏng sợ lỏng bụng, không được đọc sách và khóc sợ hư mắt, không được nói chuyện sợ hết hơi v.v... Những phòng bên cạnh tấp nập vui vẻ bao nhiêu thì phòng Trang trái lại vắng lạnh âm thầm bấy nhiêu. Suốt ngày Trang nằm nhìn trần nhà xem những con thạch sùng đuổi bắt mối, nghĩ gần nghĩ xa...

Chị Năm nuôi đẻ thấy không có ai đến thăm nàng, không có quà cáp lợi lộc gì cả nên qua nuôi thêm người phòng bên cạnh và suốt ngày đêm ở luôn bên ấy vì đông vui, và nhất là những bà con thân thuộc đến thăm ai cũng dúi vào tay người nuôi đẻ một ít bạc lẻ căn dặn: "Chị gắng săn sóc cho kỹ rồi tôi thưởng cho".

Một buổi chiều Trang đang nằm nhìn con ngủ, con bé càng ngày càng xinh, nhìn nó Trang cảm thấy có thể quên được tất cả những bất công và bực mình ở trên đời thì bỗng nhiên cánh cửa phòng hé mở.

Bà Tám mồm cười toe toét bước vào, tay bà cầm gói chả. Bà để quà lên bàn ở đầu giường xong bắt đầu hỏi thăm. Bà hỏi luôn một hơi hàng chục câu và không đợi Trang trả lời, bà hỏi ngay sang câu khác. Sau cuộc thăm hỏi, bà bắt đầu báo cáo "tin tức hàng ngày" cho Trang nghe. Trong xóm bà được đặt tên "đài phát thanh" vì bà rất rảnh rang nên suốt ngày chỉ lê la hết nhà này sang nhà khác, nghe ngóng những chuyện riêng tư của mọi người rồi phát thanh tùm lum vô tội vạ.

Nhiều người không thích bà nhưng vẫn tiếp bà vì tò mò muốn biết làng trên xóm dưới đã xảy ra những chuyện gì, và trong khi ấy cũng vô tình để cho bà nhìn thấy cái cảnh nồi cơm khê con cá ươn của mình làm món trao đổi cho bà sang mách lại với nhà khác. Nhiều người thích bà vì những tin bà kể phần nhiều đều là những tin "mật", ít người được biết đến, hay chỉ biết sau khi được bà "phổ biến" ra, dù đôi khi tin thất thiệt hay chỉ là một con vịt to tướng nhưng người ta vẫn cứ thích, vì ít nhất cũng được hưởng vài giây phút hồi hộp, vui mừng, hay tội nghiệp, hay đáng kiếp cho những nhân vật "đương sự".

Bà xích lại gần Trang nói có vẻ rất bí mật:

- Chị ạ, nhà sáng nay suýt cháy đấy!

- Tại sao thế hở bà? Có việc gì không?

- Còn tại làm sao nữa! Hầu yêu của ông Cụ nằm trên giường hút thuốc. Hút xong đi nơi khác để rơi tàn xuống mùng mà không biết. Lửa ngún dần rồi bốc to cháy bén cả mùng, bắt lên mái hiên tranh ở nhà sau bấy giờ mới biết.

Trang lắng nghe như ngừng thở.

- May mà cứu kịp không thì mẹ con chị ở nhà thương ra sẽ vào thẳng nhà Tế bần.

Trang thở dài một cái rất nhẹ nhàng:

- Ba tôi chắc rầy lắm!

Bà Tám bĩu môi:

- Chẳng sao cả. Ông cụ còn dỗ cô ấy, bảo đừng sợ hãi mà có hại cho cái thai!

Trang gượng cười nói:

- Vâng, đúng thế, sợ hãi có hại cho thai lắm!

Món sở trường nhất của bà Tám là gợi tâm sự của người khác. Chuyện gì đau lòng mà người ta muốn giấu, bà càng kiếm cách gợi ra cho bằng được. Bà giương đông kích tây, hỏi thẳng không xong thì nói khích, nói cạnh nói khóe. Ít ai chịu nổi cách căn vặn rất có nghệ thuật của bà. Trang đã từng nghe danh nên ngay từ lúc thấy bà đến, nàng đã tự dặn mình phải cẩn thận đừng để hở miếng.

Bà đến cạnh bàn dở lồng bàn đậy thức ăn hỏi:

- Không có gì ăn cả sao? Ối chào, việc gì mà kiêng với cữ. Thích ăn, ăn được ngon miệng thì cứ việc ăn mới có sữa cho con bú chứ!

Bà nhìn quanh quẩn:

- Buồn quá nhỉ! Không có ai đến thăm cả!

Trang dù đã giữ gìn thế trận, biết bà đang "tấn công" vào mặt tình cảm của mình, nàng phải cố nén để khỏi tủi thân, cố cho hai giọt nước mắt chảy ngược vào trong, Trang chớp chớp mắt giả vờ chùi bụi trả lời:

- Ấy các cháu đến thăm vừa mới đi chơi. Mẹ cháu về quê xa xôi quá, vả lại cháu sinh nở cũng được bình yên nên không mời mẹ cháu ra sợ mệt. Để mẹ cháu dưỡng ít lâu!

- Thế còn ba?

- Ba cháu bận, với lại đàn ông ai lại đến nhà hộ sinh không tiện tí nào!

Bà cười mũi:

- Hừ, thế còn những người kia? Họ cũng đến nhà hộ sinh thăm vợ thăm con thì họ là cái giống gì đấy? Bộ họ không có chức phận, không danh giá chắc! Thôi đi, còn làm bộ mãi! Đợi lúc cô Tư đẻ xem, lại không ăn dầm ở dề trong nhà hộ sinh...

Trang không còn biết chống đỡ ra sao, sự thực mấy hôm nay nàng đã thầm ao ước được cha vào thăm, người cha xưa nay nàng vẫn yêu mến và kính phục không biết chừng nào. Đã bao nhiêu ngày, buổi sáng nàng hy vọng chiều cha sẽ đến, chiều nàng hy vọng sáng mai, cho đến hôm nay nàng vẫn còn hy vọng....

Thấy Trang không trả lời bà Tám tiếp:

- Tôi còn nhớ hồi cô Ba mới sinh thằng Tân, ông cụ còn làm Tỉnh trưởng, ông muốn đi thăm nhưng sợ không tiện bèn rủ ông Công Sứ chánh thức đi "thăm viếng" nhà thương. Thành ra thằng bé được hai cụ đầu tỉnh đến thăm ngay sau hôm mới ra đời!

- Bà nhớ lâu nhỉ! Chuyện như chuyện cổ tích!

- Tự vị sống mà lị! Quên thế nào được. Không ai đến thăm nữa sao?

- Cháu chẳng cần ai thăm cả!

- Không cần cũng phải thăm chứ! Chị xem tôi với chị có bà con dòng họ gì đâu mà tôi cũng thăm đây này! Phải biết rằng đàn bà lúc sinh nở hay buồn hay tủi hay nghĩ vẩn nghĩ vơ lắm. Mình đến thăm có chút quà lấy thảo cho nó ấm cúng và tỏ lòng thân ái chứ thực ra có phải ai cần gì ai!

Bà ngừng một lúc lấy hơi rồi lại tiếp:

- Có ai cho gì không?

Trang ngạc nhiên?

- Cho gì cơ. Sao lại phải cho?

- Ơ kìa, chị này lạ, không biết tục lệ của quê hương thực, hay là giả dại qua ải đó? Chồng này, cha này, mẹ này, anh chị em, bà con, thân thích, bạn bè, hàng xóm láng giềng, ai muốn cho gì thì cho để lấy may, để cho người đàn bà thấy rằng mình được mọi người yêu thương săn sóc, quà tặng đâu phải quí ở chỗ đắt tiền!

Bà còn định nói nữa nhưng thấy Tân ở ngoài đi vào nên ngừng lại tò mò nhìn thằng bé lắng tai nghe xem có tin tức gì mới lạ không.

Tân chào bà Tám xong đến gần Trang thì thầm vào tai:

- Em có xin ba cho chị một chai rượu con Mèo để chị uống cho bổ và ăn cơm ngon miệng có sữa cho em bú, nhưng mà...

- Nhưng mà sao?

- Dì nói mắc lắm, thôi đi, uống nước lá hái trong vườn cũng đủ tiêu cơm rồi. Còn đây là chai rượu bia của chị Tú gởi cho chị. Em vừa đi phố về nhân tiện chị ấy nhờ em mang vào hộ.

Trang bảo em:

- Ừ, thôi chị hiểu rồi. Cám ơn em nhé.

Trang nhìn bà Tám không biết bà có nghe thấy gì không. Mặt bà đầy vẻ thỏa mãn bà đứng dậy.

- Thôi chào chị. gắng tĩnh dưỡng nhé. Tôi còn phải đi thăm mấy người khác, vài hôm nữa có thì giờ sẽ lại ngồi lâu.

- Cảm ơn bà đã lại thăm cháu!

- Ơn với ngãi gì, bổn phận mà!

Tân và bà Tám đều đã ra về. Trang nằm yên lặng nhìn chai bia, nhìn gói chả lại nghĩ đến bà Tám. Trang tưởng tượng tối hôm nay tất cả Nội thành đều được biết một bản "tin giờ chót" rất lâm ly: Trang đẻ, nằm một mình không hề có một ai thăm viếng, nàng buồn tủi sinh bệnh và không có sữa cho con bú, thằng em xin một chai rượu Con Mèo nhưng cô Tư cản cha nàng không cho... Trang thế này, Trang thế kia...

Và bà Tám sẽ không quên nêm mắm muối vào câu chuyện cho có đầu có đuôi, để thêm phần lâm ly áo não! Có lẽ nghe bà nói người ta sẽ tưởng tượng Trang đang nằm thoi thóp hấp hối trên giường bệnh, con bé thiếu tháng lại thiếu sữa nên rất yếu, chỉ còn da bọc lấy xương...

Người giàu tưởng tượng hơn chắc sẽ tiên đoán ngày mai Trang sẽ được khâm liệm nhập quan vì gặp ngày tốt. Họ nhất định sẽ đến quệt một ít nước mắt nước mũi lên tay áo để tỏ lòng thương tiếc đối với kẻ xóm giềng. Họ sẽ vái lạy trước linh sàng Trang, cầu nguyện Trang sống đã không khôn thì chết gắng cho thiêng, phù hộ họ... Ôi chao! Nhiều lắm nhiều lắm. Nếu có người mau mắn và khéo tính toán, giỏi "kinh tế" chắc sẽ chạy đi mua sẵn vàng hương kẻo sợ mai... lên giá...

Nghĩ đến đây Trang mỉm cười nghĩ thầm:

- Nhưng mà sự thực mình vẫn chưa chết! Hừ tưởng dễ!

Và nàng ngồi dậy bóc chả, rót rượu bia ăn uống ngon lành như một người yêu đời nhất đời.

Chương 9.
Mưu sự... thành sự

Mưu sự tại nhân, thành sự tại thiên, câu này trong hoàn cảnh của ba Trang sao mà đúng thế! Và cũng đáng ghét thế!

Giấc mộng của ông đang xây với cô Tư chưa được bao lâu thì bừng tỉnh. Cái thân hình béo tốt của ông sau mấy tháng mật nguyệt tại ngôi nhà ở sở, đã thay đổi khác hẳn. Bắt đầu là những cơn sốt sơ sơ, sốt cách nhật, tiếp đến vài cơn rét, thỉnh thoảng lại sốt, xong lại rét. Bác sĩ đến thăm cầm chừng và tiêm những thứ thuốc sốt thuốc rét phổ thông.

Một hôm sau một đêm ngủ chập chờn không yên giấc, ông thức dậy và thấy một ống chân không thể nhấc lên được, đầu gối hơi sưng, nặng nề tê liệt hẳn đi. Dù chứng bệnh chưa biết rõ, nhưng không thể nào ngồi dậy được, ông bắt buộc phải xin nghỉ việc. Từ giã tổ uyên ương ấm cúng ở sở, ông đem cô Tư về nhà bà vợ cả, cái mái nhà mà ông đã ruồng rẫy, lãnh đạm, và lúc cùng cô Tư ra đi xây tổ uyên ương tưởng chừng như thể không bao giờ thèm trở về nữa.

Nằm trên giường bệnh ông cứ tưởng là mình vẫn còn có thể bay nhảy được như ai, ông an ủi cô Tư hãy chịu khó, hãy nhẫn nại một thời gian, hãy tin số tử vi rất tốt của ông, tương lai nhất định sẽ còn nhiều hứa hẹn.

Mẹ Trang nhường gian nhà giữa cho Ba, bà dọn lên dãy nhà ngang, nơi thờ phụng tổ tiên và bàn thờ Phật, còn Trang lui xuống dãy nhà gần sau bếp.

Ba Trang ban đầu rất buồn phiền nhưng vẫn còn hy vọng, dần dần ông đâm nghi ngờ chứng bệnh của mình không dễ lành như ông tưởng. Mỗi ngày tất cả mọi người trong nhà đều lần lượt vào phòng bệnh thăm ông, và bây giờ ông chỉ còn độc một niềm sung sướng khi nghe nói "có khá hơn nhiều". Lắm lúc nghe mãi phát chán vì tự xét mình thấy thực tình không "khá" tí nào, ông hỏi vặn Trang:

- Khá như thế nào?

- Dạ, da mặt ba hồng hào hơn, ba ngủ có trở mình được, mắt bớt quầng thâm, sáng nay cũng không còn thấy sốt...

Ông lắng nghe và thấy có lý, quả thực ông có ngủ yên không rên rỉ nữa, nhưng đấy chỉ là những cơn mê không còn tri giác.

Ba Trang trong lúc này rất cần an ủi, rất cần sự ủng hộ tinh thần của người khác vì tinh thần ông đã tự thấy lung lay lắm rồi. Ông đọc những sách thuốc nói về chứng bệnh đau xương chân cố tìm một vài tia hy vọng, nhiều khi những tia hy vọng ông tự tạo ra, hay ông biết người khác đã bịa ra giúp ông nhưng ông vẫn cứ tin, tin để tự lừa mình, lừa cô Tư, để cố giữ lòng yêu và trung thành của cô Tư được thêm ngày nào hay ngày ấy, để đủ sức chống cự với cơn bệnh càng ngày càng hành hạ đau đớn hơn.

Trang và hai con ở gian nhà sau yên lặng như một cái bóng. Trong đầu nàng có cả trăm nghìn ý định nhưng không thể thực hành được tí nào. Trang định đi làm thì con còn dại quá và nàng còn yếu chưa thể dậy ngay được, Trang định đi Saigon nhưng trong lúc cha đau nặng như thế, dù ở lại không ích gì cũng không thể rời được.

Mỗi tuần lễ Bình viết cho Trang hai, ba bức thư dài. Anh kể sinh hoạt của anh, sự mong nhớ, cô đơn và yêu cầu nàng chóng trở về. Bình hứa sẽ đổi tánh nết, sẽ nghe lời nàng tất cả, sẽ về thăm mẹ luôn luôn, sẽ ăn rau, cá, ăn cả tỏi nếu Trang muốn, sẽ chịu khó học thêm, sẽ bớt ích kỷ, bớt gắt gỏng, sẽ đối xử dịu dàng với nàng... có gì có thể hứa được anh hứa tất cả. Trang đọc thư rất cảm động nhưng nàng cũng hiểu rằng, lúc viết thư ít nhiều người nào cũng có hứng làm văn, nhất là lúc cần nàng như Bình, nhưng viết xong người ta lắm khi quên không biết mình đã viết gì nữa, ai nghe bùi tai mà tin tưởng thì cứ tha hồ vào tròng.

Nghĩ kỹ Trang thấy mình quí mến Bình nhiều hơn yêu, và trong tất cả những ngày sống chung nàng chưa từng ghen tương hay làm ầm ỹ với Bình bao giờ. Trang còn nhớ một hôm bà Ba nói với nàng:

- Cô ngu lắm, đàn ông họ chỉ sợ đàn bà lắm lời. Họ sợ cãi nhau to tiếng hàng xóm láng giềng sẽ nghe biết tất cả những cái "lịch sự" của họ, vì thế nên họ nhường đàn bà, chứ có phải quân tử, nhã nhặn, tốt đẹp gì đâu! Chỉ vì cái bộ mặt, cái danh giá rởm! Cô cứ quát lên vài lần như bà nhà số bảy là yên hết. Cô hiền lành lắm, chiều chuộng mãi Bụt cũng đâm hư, đàn ông được đằng chân lân đằng đầu. Cô để nó bắt nạt quen rồi nó không thấy có một người vợ hiền là hạnh phúc nữa, nó không biết quí nữa!

Trang cho bà nói cũng có đúng một phần nào tâm lý của đàn ông, nhưng dù sao nàng cũng không thể làm như bà số bảy được. Trang lành đến nỗi một hôm Bình bảo rằng anh đi đánh mã chược với các bạn, lúc về thấy ngực áo anh có một vết son rất thấp, Trang biết là anh đi nhảy nhưng chỉ hỏi:

- Con bé ấy lùn lắm phải không?

Bình ngẩn người ra không hiểu tại sao Trang biết, nhưng cũng thản nhiên trả lời:

- Ừ, nó lùn lắm.

Bình thấy Trang không nói gì thêm, anh bỗng tức giận vì như thế có vẻ xúc phạm đến lòng tự ái của người đàn ông quá. Ai lại chồng nói dối đi chơi về với một vết son mà vợ chẳng cần nhằn gì cả thì còn ra thể thống gì nữa! Anh hỏi Trang:

- Em biết anh đi nhảy một mình, không đưa em đi tại sao em không gây?

Trang mỉm cười:

- Tại em sợ...

- Em mà cũng biết sợ? Sợ anh? Vô lý! Em là con người cứng đầu cứng cổ nhất nhà, muốn gì cũng làm được, khó đến thế nào cũng bất chấp, em mà sợ anh thì lạ thực, có lẽ anh phải ăn khao..

Trang ngắt lời:

- Không phải, em sợ gây với anh thì... thì... hân hạnh cho anh quá!

Câu chuyện với người khác có thể làm ra to, với Trang chỉ có thế thôi, nàng không bao giờ cần có "hạ hồi phân giải". Trang không đủ hơi sức để gây, không ghen, không yêu, không biết vì sao hay vì tất cả, Trang không bao giờ có thể bù lu bù loa lên như lời bà Ba đã xui khôn xui dại nàng.

Trang biết chắc, nếu làm bạn thì Bình có thể là một người bạn rất tốt. Trang sẽ chỉ nhìn thấy những điểm dễ thương của Bình. Người nào mà chẳng có điểm dễ thương, không nhiều thì ít. Còn về phương diện khác, ai cũng có ý thích riêng của mình, có cách đối xử với gia đình, với người, với việc, có nhân sinh quan riêng, có cách xây dựng tương lai, có lối sống khác nhau. Nếu chỉ là bạn, Trang sẽ không cần để ý và can thiệp đến, người ta không đòi hỏi nhau như khi thành vợ chồng.

Thấy Trang ở nhà quá tù túng, có lần mẹ Trang khuyên:

- Dù sao một ngày cũng là nghĩa. Thiên hạ người ta trông vào lắm con ạ! Mấy chị em con đứa nào tình duyên cũng trắc trở mẹ đã buồn lắm rồi! Mẹ chỉ ao ước con được một vợ một chồng..

Trang hỏi lại:

- Để làm gì hở me?

- Kìa, để cho người ta khen chứ để làm gì?

- Nhưng "người ta" là ai mới được chứ?

- Thì bà con, bạn bè, xóm giềng..

Trang cười nhạt:

- Thế họ khen thì mình được gì? Có đem lại hạnh phúc cho mình không?

- Đời đã mấy ai được hạnh phúc, miễn được tiếng khen là đủ rồi. Người ta ai chẳng muốn được khen!

Trang ngần ngại:

- Con cũng muốn được khen nhưng con không muốn lụy vì tiếng khen. Con không cần lời khen của những người ấy. Giá đắt lắm không đáng phải hy sinh.

- Con bi quan quá, ở đời có người tốt có người xấu chứ!

- Nếu vậy thì con chỉ mới được hân hạnh trông thấy những người tốt bên ngoài thôi.

- Thôi me hiểu rồi, từ nay me sẽ không lạc lòng nữa.

- Me hiểu rồi thì chỉ còn hai bộ quần áo nâu!

Mẹ Trang buồn rầu:

- Thôi con muốn nói sao cũng được! Mẹ đã lầm nhiều quá rồi! Mẹ không còn đủ sáng suốt để khuyên bảo ai nữa! Mẹ cũng biết các con gian nan là lỗi tại mẹ cả. Lúc xưa các con đứa nào cũng thông minh xuất sắc, nhưng mẹ cứ tin rằng con gái càng tài hoa đời sẽ càng nhiều khổ lụy. Mẹ dìm các con xuống để mong các con yên hưởng thái bình, cứ tưởng lấy chồng rồi sẽ có cuộc sống an nhàn! Bây giờ thấy các con ra đời vất vả mẹ hối hận thì đã muộn rồi!

Ngừng lại một lát bà tiếp:

- Mẹ cũng biết chỉ vì cái khí khái hão của mẹ mà các con thiệt thòi quá nhiều. Xưa nay me chỉ giữ việc chi tiêu trong gia đình. Gia tài sự sản của ba, mẹ không nhúng tay vào, không giữ sổ sách gì của ba hết, thành ra ba muốn cho ai thì cho, làm gì thì làm. Mẹ có thương các con đến đâu cũng đành chảy nước mắt nhìn xuống mà thôi!

Thấy mẹ buồn, Trang rất cảm động và cũng hối hận đã khêu gợi lại vết thương làm mẹ đau lòng!

Giữa Trang và mẹ, hai thế hệ liền nhau mà xa cách nhau quá chừng! Mỗi người như lặn hụp chới với trong một thế giới riêng mà sợi dây liên lạc chỉ là chút tình cốt nhục.

Chương 10.
Cái thang

Đã ba hôm trời mưa tầm tã, Trang không còn thấy thích thú vì cái giếng nước trong vườn đã gần đầy lên đến miệng nữa. Trời xám xịt và đất thì mòng mọng những nước. Cả nhà cứ nhắc mãi trận lụt năm trước: "Nước vào trong nhà đến năm tấc và làm hư bao nhiêu là đồ đạc!"

Tân mách chị:

- Chị ạ, hai đứa em không phải đi học. Cả ngày chỉ ngồi trên giường cao xếp thuyền giấy thả chơi vui ghê! Được nghỉ học những năm ngày.

Mẹ Trang phàn nàn:

- Lúc nước bắt đầu rút là phải quét liền, không thì bùn đọng lại khó rửa sạch được. Năm ấy có ai ngờ là nước lại vào đến nhà. Mẹ đang ngủ đến nửa đêm thức dậy thấy guốc dép nổi lềnh bềnh trong phòng cả rồi!

Mấy hôm nay tuy chưa hẳn là lụt to nhưng chợ không họp nữa nên trong bữa cơm không có thịt cá rau tươi, chỉ có cá khô, mắm, muối sả, cá hộp kho lại. Trang bực mình vì phải là tã cho con. Mà con bé Li Li cứ lúc nào trời mưa là tã ướt gấp đôi những ngày nắng ráo, thế mới khổ mẹ nó.

Đến sáu giờ tối nước mưa xuống không chảy đi đâu được nữa. Tất cả các cống rãnh thông nước đều tràn đầy lênh láng khắp vườn. Chảy không kịp, nước đọng lại trong sân. Một lúc sau nước trong sân cũng không phải chỉ là nước mưa vì tất cả các ao hồ lân cận cũng lên cao tràn thêm vào. Nước lên dần dần từng bậc thềm, rong rêu ở các hồ nổi trên mặt nước lùa vào từng đám. Trang bắt đầu thấy lo ngại, chạy hết chỗ này đến chỗ kia khắp các thềm nhà để xem chừng mực nước. Mưa vẫn tầm tã không ngớt, trời ảm đạm mờ mịt không cho ai một tia hy vọng gì.

Lúc trời tối hẳn, Trang bắt đầu dọn đồ đạc lên nhà trên ngủ vì phòng của nàng thấp nhất nên nước vào trước.

Mẹ Trang bảo:

- Làm gì mà cuống cuồng lên thế? Thì cũng như năm trước, hay quá lắm là gấp đôi chứ gì, đã chết ai!

Mẹ Trang có vẻ bình tĩnh lắm, bà giục mọi người đi ngủ, bà cũng ôm bé Thu, ru hời ru hỡi như mọi đêm.

Trang đang ngủ bỗng giật mình thức dậy lúc 12 giờ khuya, nàng tưởng như mình đang ngủ đò, chung quanh giường nước mênh mông và sóng vỗ chợp chờn. Trong tiếng mưa đổ rào rào dữ dội xuống mái ngói, từ xa vẳng lại những tiếng kêu cứu, kêu đò, tiếng gọi nhau đủ các thứ tiếng không phân biệt được. Trang chỉ biết tất cả các thanh âm ấy hòa lẫn thành một tiếng kêu thảm thiết lẫn trong tiếng mõ đổ hồi liên thanh.

Trang hoảng hốt đánh thức Lạc, người ở gái, dậy cùng nàng khênh một chiếc chõng tre đặt lên giường, bế hai con nằm xuống. Xong nàng đến phòng bên cạnh gọi em Tân và Tấn. Hai đứa bé nằm cong queo ngủ ngon lành, không biết tấm phản chúng đang nằm sắp sửa nổi lên mặt nước.

Mẹ Trang cũng đã thức dậy, bà xếp dọn một ít đồ đạc và nói rất bình tĩnh:

- Không sao đâu con ạ, nhà mình ở cao nhất xóm. Nếu vùng này mà ngập thì quanh đây còn ai sống nữa!

Đồ đạc trong tủ bà chỉ dọn từng dưới lên từng trên.

Ở nhà giữa, anh Bê đang cẩn thận xếp những chồng sách của ba Trang lên mặt bàn: Ba Trang chỉ huy mọi việc, giọng ông vẫn còn mạnh bạo:

- Sách từng thấp trong tủ lớn tạm cho lên trên bàn. Đồ đạc trong tủ đổi lên từng cao nhất. Sách tủ thấp phải dọn lên tủ cao, sách mà ướt là không còn giá trị gì nữa!

Cô Tư cũng đã thức dậy, cô ngồi trên giường ông, co cả hai chân lên giường, mồm ngậm điếu thuốc Cẩm Lệ to tướng. Cô không dám nhúng chân xuống nước, vì nghe người ta nói đang có chửa, lội nước bạc, tức là nước lụt sẽ hư thai.

Thấy Trang lăng xăng lội lên lội xuống khắp nhà mẹ Trang gắt:

- Trời ơi, con có chịu ngồi yên một chỗ cho mẹ nhờ không? Đẻ mới dậy chưa đủ trăm ngày mà đã dám lội nước bạc. Bộ muốn chết bỏ con lại đó cho mẹ nuôi sao? Me nuôi một mình con Thu đã mệt gần ngất ngư, chỉ còn da bọc xương, con muốn giết mẹ cho mau chết nữa à!

Mực nước vẫn cao vùn vụt, trong tiếng mưa,tiếng mõ dồn dập đổ hồi, muôn ngàn tiếng kêu thảm thiết làm Trang càng bối rối hoảng hốt thêm. Nhìn cái nhà năm gian rộng mênh mông và đầy những đồ đạc quí giá đối với riêng mỗi người, Trang không biết nên bỏ thứ gì, cứu thứ gì. Trang cũng sợ lội nước lỡ ốm chết bỏ con, nhưng nhà còn ai nữa đâu!

Một người cha già ốm liệt giường liệt chiếu, một cô hầu non chỉ biết õng ẹo làm vui lúc bình yên nhưng không thể nhờ cậy được lúc tai nạn, và giờ phút này cô chỉ sợ hư thai, không dám nhúng chân xuống nước, Bé Thu và bé Mỹ còn phải đút cơm, bé Lili mới sinh chưa được trăm ngày, hai đứa em trai mồ côi mẹ mới 7, 8 tuổi, tuổi chỉ biết ăn và chơi, không giúp ích gì được.

Tất cả được đặt ngồi trên giường cao vì mực nước đã lên quá đầu bọn trẻ rồi. Chỉ còn anh Bê một con sâu rượu và cũng là một cây bệnh ngày thường, nhưng lúc này anh còn cố gượng đứng vững để sắp tủ sách vì anh biết Ba rất quí sách. Mẹ Trang chỉ băn khoăn về mấy cái bàn thờ và những bộ Kinh Phật, bà không biết nên dọn gì, cuối cùng bà thắp mỗi bàn thờ một nén nhang. Hai người ở gái, một đã phải ngồi trông trẻ con sợ nó trở mình ngã xuống nước, chỉ còn một lo dọn gạo củi, nước.

Trang đang giúp anh Bê khuân dọn sách, bỗng nghe cô Tư cười the thé nói:

- Hê hê hê, anh Bê ơi, còn cái tủ đồ tây của cụ nữa, vô dọn mau lên!

Anh Bê bực mình gắt:

- Thế cô ngồi đấy làm gì mà không giúp xếp dọn một chút cho giãn gân cốt. Tôi có phải là Phật bà Quan Âm đâu mà có những ba mươi sáu cánh tay.

Cô Tư ngồi yên không cử động. Chốc chốc cô lại gọi:

- Anh Bê, đem thêm vài miếng gạch vô đây chêm chân giường, nước sắp ngập cụ rồi, hê hê hê, lụt chi lạ!

Cô vẫn ngồi co chân trên giường không dám nhúng xuống nước. Đồ đạc riêng của cô chỉ có mấy cái vali, cô đã cẩn thận gác lên xà nhà từ ban tối. Gói thuốc lá Cẩm Lệ cô cũng đã cẩn thận bỏ trong túi, bây giờ phận sự của cô chỉ còn lo giữ cái thai.

Mẹ Trang đang dọn đồ đạc trên nhà thờ Phật cũng chốc chốc gọi với:

- Con ơi, bàn thờ Phật sắp đổ!

- Bê ơi, tủ áo gấm của cụ ...

- Bê ơi...

Ba Trang nằm yên mãi cũng sốt ruột lên tiếng:

- Bê ơi, sách quí mà bị ướt rồi là không còn giá trị gì nữa!

- Chị ơi, em đói khóc đây này!

- Chị ơi, giường em sắp ngập đến nơi!

- Chị ơi.. Bê ơi...

Anh Bê và Trang hết chạy lên lại chạy xuống, hết chạy xuống lại chạy lên, người đã mệt mỏi nghe thế càng bối rối thêm. Riêng Trang nghe tiếng con khóc như xé ruột. Nàng tìm được một cái bàn cao, khênh lên phản và bế bọn trẻ con đặt nằm ngồi ngổn ngang. Phản có ba tấm ván, hai tấm trong và ngoài có chân bàn đè nặng nên đứng yên, còn tấm giữa không có gì chặn, nổi lên mặt nước rồi bắt đầu từ từ đi du lịch khắp phòng.

Mực nước bây giờ lên vùn vụt chứ không còn lên chậm rãi như trước nữa. Trang thấy nước mắt mình đọng đầy trên mi, nàng nghẹn ngào chỉ muốn khóc oà lên...

- Anh Bê khiêng hộ cái va li với tôi một tay.

Rồi nàng phàn nàn một mình:

- Ai mất hết đồ đạc cũng còn lại cái xác nhà, còn tôi tất cả "giang sơn" chỉ ở trong vali này, trôi hết thì mẹ con chẳng còn một manh!

Bỗng tiếng cô Tư thét lên:

- Trời ơi, giường cụ hỏng chân rồi!

Cả nhà nghe thế hoảng hốt vội nhấc một chiếc bàn cao đặt ba Trang lên, và cùng phụ lực khênh chiếc bàn lên giường. Cái chân sưng của ông bị động làm ông đau đớn khổ sở lịm đi.

Mẹ Trang đứng hẳn lên lò sưởi để chuyền sách lên nóc tủ với anh Bê. Mấy tấm ván đầy sách giữa nhà bị nước đội hỏng chân, cả tấm ván nổi lềnh bềnh trên mặt nước, xê dịch một lúc rồi chìm dần xuống đáy. Nước bây giờ càng lên càng nhanh, đi từ đầu phòng đến cuối phòng, lúc trở lại mực nước đã khác hẳn.

Anh Bê vò đầu bứt tai:

- Thôi hỏng rồi, mở cửa ra sân kêu cứu đi thôi!

Nhưng dù có đánh trống đánh mõ cũng vô ích. Ai cũng biết giờ phút này tất cả mọi người đều lo lấy thân mình chưa xong, mong gì ai giúp được ai! Nếu cả gia đình Trang có tận lực la hét thì cũng chỉ góp thêm vài tiếng vang thê thảm lẫn vào muôn ngàn tiếng kêu cứu khác vẳng lại từ bốn phía.

Trời tối đen, mưa vẫn tầm tã, điện bỗng nhiên tắt làm cho mọi người lại càng khủng khiếp thêm trong lúc nguy hiểm. Cõi sống và cõi chết bỗng giáp gần nhau đến nỗi người ta cảm thấy không còn biên giới nữa!

Thấy con mèo mướp lội vùn vụt dưới nước kêu gào một cách rùng rợn, Trang bắt để nó lên bàn. Trang tưởng nó tìm chỗ lánh nạn, nhưng nó không chịu ngồi yên. Nó vùng vẫy cào vào tay Trang rồi lại nhảy xuống nước lội xuôi lội ngược kêu gào như phát điên, thì ra nó đi tìm đàn con. Trang rất ngạc nhiên vì con mèo này xưa nay vẫn có tiếng sợ nước, thì ra tình yêu con đã làm cho dù một con vật, cũng có những hành động suốt đời chưa từng biết.

Ba giờ sáng, rồi bốn giờ sáng, nước đã lên đến cổ. Mỗi một giây phút trôi qua người ta đều hy vọng đó là cái giây phút nước đứng rồi rút lui. Nhưng không thể được, khi trời cứ mưa tầm tã như thế này. Có lúc Trang đã tưởng là nước như không bao giờ có thể đứng lại, và tất cả mọi người chỉ còn cầu nguyện trước giờ chết mà thôi.

Mẹ Trang đang sắp mấy cuốn Kinh Phật trên bàn bỗng kêu thét lên. Cái bàn thờ Phật của bà đổ nhào xuống nước.

Tượng Phật và kinh kệ nổi lềnh bềnh. Bà cố chạy theo vớt lại được vài tập giấy ướt nhàu.

Trong lúc hoang mang đến cùng cực gần như tuyệt vọng, Trang bỗng chợt nhìn lên bốn phía. Cái lỗ vuông nhỏ cỡ vừa một người chui lọt trên trần nhà để người thợ điện trèo lúc xem xét dây điện, làm Trang nảy ra một ý nghĩ:

- Cái thang, phải đi tìm cái thang nhanh lên!

Gia đình ông bà Túy hàng xóm đập cửa ở nhà ngang bồng bế nhau lếch thếch lội sang vì nhà ông thấp hơn nên nước đã lên quá đầu. Trong lúc họ xem nhà Trang là nơi cứu mệnh thì gia đình Trang cũng xem ông Túy như cứu tinh. Ông để thằng con trai bé và bà vợ chửa gần ngày ngồi yên trên một chiếc bàn cao ngất ngưởng xong cùng Trang bàn cách leo lên trần nhà. Bây giờ ông Túy là người khỏe mạnh độc nhất mà tất cả mọi người đặt hy vọng vào.

Ôâng Túy trèo lên trần nhà trước xem những tấm ván trần mỏng manh xưa nay chỉ dùng để làm đẹp cho cái nhà có đủ sức chịu đựng không. Ông gật đầu ra hiệu và Trang bắt chước ông, một chân đạp lên cánh cửa lớn, hai tay nàng giơ lên bám được trần nhà. Mọi người không ai dám bắt chước. Tân và Tấn đứng trên bàn chuyền lên cho nàng một ít chăn chiếu khô để sửa soạn chỗ nằm cho ba. Ông Túy trở xuống mở cửa lội ra sân đi tìm cái thang.

Cái thang nằm nổi trên mặt nước tận ngoài góc vườn nhưng may chưa trôi mất. Cái thang đã cũ vẫn thường dựng cạnh gốc cây trầu không một ai để ý, bây giờ được mọi người thiết tha cầu khẩn đến.

Một lúc sau ông Túy đem được thang vào nhà, mọi người thở ra mừng rỡ, cảm thấy con đường sống chưa mất. Ông Túy cẩn thận đặt cái thang cạnh tường, ông đứng dưới bế từng đứa bé chuyền lên, Trang ở trên đỡ lấy đặt xuống ván. Năm đứa trẻ đã lên hết nhưng mẹ Trang khôngchịu lên, cô Tư vẫn ngồi co chân không chịu cử động, còn ba Trang thì cố nhiên không thể nào ngồi dậy được.

Ông Túy trèo lên trần nhà cáu kỉnh bảo Trang:

- Chị làm thế nào thì làm, tôi đã năn nỉ hết sức mà ông cụ không chịu lên, bảo chân đau không nhúc nhích được. Cả cái cô kia cũng vậy, không chịu "dời gót ngọc". Bộ muốn "bất cầu đồng sanh, cầu đồng tử" chắc! Còn bà cụ thì ông cụ không lên nên bà cũng không chịu lên. Nước đã ngập đến cổ mà mỗi người còn ôm một cục chướng như thế thì chỉ có ngồi mà đợi chết!

Tiếng mẹ Trang than thở:

- Suốt đời tôi cặm cụi khổ sở mấy chục năm trời mới gây dựng được cái cơ nghiệp này! Thực trời hại tôi! Trời muốn làm hại tôi hay sao hở trời!

Trời đâu có đây để trả lời bà, chỉ nghe tiếng Trang năn nỉ. Trong lúc khổ tâm bà đâm ra mất hẳn lý trí, bà gắt:

- Tao không đi đâu cả! Gia tài sự nghiệp mất thì tao cũng chết! Tao chết theo với Phật, Thánh, kinh kệ, bàn thờ ông bà...

Bà đang nói bỗng thét lên, chiếc bàn bà đang ngồi bây giờ chỉ còn một mình nhẹ quá hỏng chân bập bềnh nổi lên mặt nước. Bà nhanh tay nắm được cánh cửa tủ nên khỏi ngã. Ông Túy vội vàng xuống đỡ lên thang. Người bà ốm nhỏ nên Trang nắm được cánh tay mẹ kéo qua cái lỗ vuông dễ dàng. Bà đã lạnh cóng cả người, nằm vật xuống sàn không còn biết ai là ai chung quanh.

Lúc này không còn thì giờ để chiều chuộng hay "trưng cầu dân ý" nữa, Trong lúc nguy hiểm cần phải có sự chỉ huy cương quyết rõ ràng, mặc dầu ba Trang không chịu đi, Trang vẫn nhất định bắt ông Túy và anh Bê khênh ông đi. Ban đầu ông còn chống cự, nhưng mỗi cử động đều làm ông đau đớn, kết quả ông đành nằm yên cho ai làm gì thì làm. Ông Túy và anh Bê đỡ ông lên tấm ván, khênh đi chậm rãi, dò dẫm từng bước một.

Trang ở trên nhìn xuống cảm thấy từng tiếng tim mình đập, chỉ sợ một trong hai người đuối sức sẩy tay hay hụt chân thì chỉ có Trời cứu. Nước đã lên đến cằm. Anh Bê người thấp nhỏ phải đi nhón gót chân, mệt mỏi và lạnh cóng cả người, anh mím môi cắn răng cố đi từng bước cho thật vững chắc. Đang đi bỗng nhiên anh dừng lại ấm ớ kêu:

- Tôi uống nước. Chết tôi rồi!. Trời ơi!... Ai cứu... cụ với!

Anh cố gượng thêm vài bước may đã đến được chân thang. Phải khó nhọc vất vả vô cùng mới xê dịch được ba Trang từ tấm ván lên vai ông Túy. Ông cõng ba Trang và bước lần lần từng bước lên thang. Cái thang cũ kỹ rít lên và kêu trèo trẹo dưới sức nặng của hai người cùng trĩu lên một lúc. Ở trên nhìn xuống, Trang nghe như tim mình ngừng đập, nàng nín thở tưởng chừng thêm một hơi thở của mình cũng thêm sức nặng và cái thang sẽ chịu không nổi mà gãy mất. Vận mệnh của cha nàng nằm trên chiếc thang tàn tật ấy, thực trong suốt một đời người không ai ngờ đến. Còn được vài nấc, bà Túy và Trang ở trên nắm được cánh tay ông, hai người cùng gồng người gắng hết sức lực kéo lên. Đồng thời bên dưới ông Túy cũng xuất toàn lực, phùng mang trợn mắt,vừa đun vừa đẩy...

Ba Trang lên đến được trần nhà, nỗi đau đớn xác thịt hành hạ ông đến mức độ tê tái không còn cảm giác. Ông như người mất hồn, mặt mày tái mét nằm vật xuống tấm ván Trang đã sắp sẵn.

Ông Túy xoa tay cười nói có vẻ thỏa mãn:

- Thực là kỳ tích, kỳ tích! Một bà chửa, ngày thường đi chợ "khênh" một bó rau muống bằng nắm tay cũng kêu nặng, kêu mệt "khênh" không nổi, và một cô "suyễn kinh niên" trói không chặt con gà, thế mà hôm nay "khênh" à quên xách nổi ông cụ một tạ lên thang gác! Hì hì hì, mình vai u thịt bắp như thế này mà cõng cũng nặng oải ba sườn, gần trẹo cả cổ!

Châu và Lạc, hai người ở gái cũng đã có chỗ ngồi yên. Trang đợi kéo nốt cô Tư nhưng đợi mãi vẫn không thấy. Anh Bê đứng run rẩy thở lấy sức dưới chân thang, còn ông Túy nghe mẹ Trang nói có một chai rượu ngâm thuốc bổ trong tủ, ông quyết trở xuống lặn tìm cho bằng được.

- Hu hu hu, có ai cứu tôi với! Trời ơi, Có ai cứu tôi với!

Ba Trang lúc này đã tỉnh táo hơn, nghe cô Tư kêu cứu có vẻ thương xót lắm. Anh Bê đứng bên dưới cáu kỉnh:

- Cô ấy từ tối đến giờ hi hi mãi chán nên bây giờ đổi ra hu hu! Cô cao hơn tôi những một cái đầu, có chân thì tự đi cũng được, tàn tật già yếu bé bỏng gì mà phải đợi ai khênh. Mà giá có uống vài ngụm nước cũng không chết đâu!

Ba Trang thều thào cất giọng năn nỉ:

- Ông Túy ơi, bây giờ chỉ có một mình ông, trăm sự đều nhờ ông cả. Ông làm phúc làm đức đưa dì ấy lên kẻo tội nghiệp, bụng mang dạ chửa!

Anh Bê lẩm bẩm:

- Người ta chửa gần đẻ đến nơi đã phải lội suốt đêm cũng chẳng sao, đằng này chỉ mới có vài tháng.

Ba Trang vẫn ngọt ngào:

- Ông Túy, trăm sự nhờ ông, tính mệnh dì nó ở trong tay ông, suốt đời chúng tôi sẽ không quên ơn ông...

Bà Túy giãy nảy lên:

- Mau mau lên đi anh Túy ơi! Thôi đừng tìm rượu nữa! Ngâm nước từ đêm đến giờ, không khéo lạnh mà chết đấy! Ba vạn cũng bỏ!

Ba Trang vẫn năn nỉ:

- Chỉ còn có ông, ông làm ơn...

Ông Túy dù vợ không bằng lòng, anh Bê dù mệt mỏi đến đâu, kết quả cũng phải đi khênh cô Tư. Lên được đến nơi giọng cô không còn rên rỉ nữa! Cô cất tiếng cười the thé:

- Hê hê hê, tui không hề ướt lấy một cái vảy. Gói thuốc Cẩm Lệ cũng còn khô ran! Có thời chi lạ!

Trang lấy mấy chiếc áo len đã cứu được chia cho mọi người. Anh Bê ngồi run rẩy trong bộ quần áo ướt sũng những nước, hai hàm răng anh đánh vào nhau cầm cập, mặt anh tái ngắt và người cứng đờ ra. Anh thay được áo xong nằm vật xuống ván mê đi.

Cô Tư trông thấy thế lại cười rú lên:

- Hê hê hê, mình đi cũng được nhưng ai dại chi mà đi. Lỡ ướt lạnh chết thiệt thân mình chớ thân ai! Ba vạn cũng bỏ, gói thuốc Cẩm Lệ vẫn còn là được!

Bất giác Trang rùng mình. Trong cảnh nguy hiểm,đầy những tiếng kêu cứu thảm thiết, tiếng mõ kêu cứu dồn dập lẫn trong tiếng mưa đổ rào rào xuống mái ngói, tiếng cười của cô nghe lanh lảnh đến rợn người!

Suốt từ đêm, Trang phải làm việc và dùng nhiều sức nên lúc này cả người đau đớn mệt mỏi như bị dần từng đốt xương. Nàng tìm một góc và nằm lăn xuống ván. Tuy nằm nhưng Trang vẫn nghe rõ tiếng cha rên rỉ, tiếng cười hê hê từng hồi của cô Tư và những lời phàn nàn của mẹ:

- Thực là trời hại tôi! Thôi còn chi nữa! Kinh kệ mất hết, Phật tượng bể hết, áo quần trôi hết rồi còn chi! Trời, cả cơ đồ sự nghiệp của tôi! Già hơn sáu chục tuổi đầu rồi mà còn phải trông thấy cái cảnh như thế này! Thảm! Bộ kinh Pháp Hoa của tôi mới thỉnh, bây giờ có bạc vạn cũng không tìm đâu ra!...

Bà chưa nói dứt lời bỗng cô Tư quát lên hỏi con Châu:

- Châu, sao mi không lo cất mấy cái trứng gà để dành cho cụ xơi hở. Bây giờ cụ đói, mới làm sao?

Con Châu cười lạnh lùng:

- Thế sao cô không lo? Cô ngồi đó làm chi? Tôi làm bao nhiêu là công việc, nào gạo cơm than củi, khiêng vác từ đêm đến giờ! Bộ tôi ở không đấy hẳn!

- Ai biểu mi ngu! Mi lo khiêng vác không biết mấy thứ đồ đạc mà rốt cuộc đồ đạc đều ướt, mi cũng bị ướt như chuột lột. Còn tau không lo chi cả mà đồ đạc của tau không ướt, người tau cũng khô ran! Hê hê hê!

- Phải, người ta thì "Lấy chồng phải gánh giang sơn nhà chồng" còn cô thì "Sống chết mặc bây, tiền thầy bỏ túi"!

Ba Trang rên rỉ:

- Thôi bỏ đi, bỏ đi, chuyện nhỏ mọn!

Ông không muốn ai nói động đến cô Tư, nhất là động đến sự vô dụng của cô trong cơn hoạn nạn.

Không biết con Châu đã lấy can đảm ở đâu ra, để cãi nhau tay đôi với cô Tư, chính nó cũng không tự biết. Có lẽ trong lúc tai nạn, nó đã làm tròn phận sự như một phần tử của gia đình, còn cô Tư vô dụng quá nên nó mất lòng kính nể.

Bà Túy gắt với ông Túy:

- Cái áo gấm của tôi anh để đâu? Còn cái đồng hồ tay nữa! Lại còn cái gói tã ướt của con... anh để mất thì liệu hồn.

Ông Túy mắng át:

- Thôi thôi, tôi xin các bà. Dẹp cái lọ mắm thối lại đi. Mới vừa lo chết dưới kia chưa được mười lăm phút. Lên đến đây cũng chưa chắc đã sống đâu mà vội giở trò tiếc của. Ấy may mà chỉ lụt chứ không bão, nếu cả lụt lẫn bão thì ngồi đây sẽ được gặp Ông Bà Tổ tiên ngay lập tức!

Đấy là sự thực, cũng như những lời họ nói cũng toàn là sự thực. Trong lúc này không ai nghĩ đến những câu che đậy khách khí giả dối nữa! Trang chua chát nghĩ thầm:

- Lúc lòng người ta cởi mở thì chỉ được trông thấy toàn những cái gì đâu!

Trang gượng đứng dậy mở cánh cửa sổ thông hơi nhìn ra. Bên ngoài cảnh vật mờ trong mưa. Trời đã sáng nhưng ánh sáng như hòa lẫn với mưa thành một thứ màu mờ mịt. Mặt nước dâng cao lấp cả những mái nhà thấp chung quanh xóm. Trên mặt nước chỉ còn những tàu lá chuối rách nát ủ ê, một vài ngọn cây cau trong vườn còn đứng vững được, vươn lên mặt nước, phần nhiều đều ngả nghiêng hay đổ hẳn. Mấy con chó vừa lội vừa kêu ăng ẳng một cách thê thảm, cố bám vào những chiếc rương hòm ngổn ngang trôi lẫn với củi ván.

Xa xa, ngoài đám nước bạc mênh mang, một người đàn ông cõng một đứa bé trên vai, đứa bé vẹo đầu sang một bên, mặt nó sát hẳn với mặt nước, có lẽ nó ngất đi, hay nó đã chết, nhưng người ấy biết hay không biết vẫn mải miết bơi. Ngoài xa nữa, rải rác từng người, ôm thân cây chuối hay mảnh ván mặc cho dòng nước đưa đẩy. Vài chiếc bè lờ đờ trên mặt nước, mặc dầu tiếng kêu cứu từ dưới nước, trên các mái nhà, khắp mọi nơi vẫn không ngớt, họ hình như không nghe thấy gì cả. Họ còn mải lo tìm vớt những đồ vật từ bốn phương trôi dạt lại! Nghìn năm một thuở cơ mà!...

- Trời ơi, còn cái phẫu tôm chua để trong tủ đồ ăn, có ai cứu cho tôi với không? Bây giờ dù có mấy trăm bạc cũng không làm được một phẫu như thế! Trong tủ lại còn hai cái bánh Trung Thu!

- Sách! Sách ướt là không còn giá trị gì nữa! Hàng bốn, năm chục năm trời sưu tầm!

- Trời, cái ống sáp môi của tui..

- Trời!...

Không lúc nào ông trời bị người ta kêu réo ầm ĩ như lúc này! Từ tiếng kêu cứu mạng cho đến ống sáp môi, lọ tôm chua...

Trang thấy ngao ngán lạ lùng, nàng không cần quay lại cũng biết ai đã nói ra.

- Tôi đã bảo mà! cái đồng hồ mới tinh hảo của tôi thế là quên trong tủ. Nó mà hư thì anh liệu hồn!

- Xin các bà đi! Đồ đạc của các bà khô ráo mà các bà chết thì để mà liệm hay để mà thờ? Nước còn lên nữa thì chưa chắc đã sống đâu! Đừng lên giọng tiếc của vội!

Trang lấy chiếc áo dài quấn chặt người con bé Lili.

Tạm thời Trang chỉ sợ nó lạnh. Lúc nước mới lên đến bụng, nàng đã đi tìm hộp sữa khuấy uống một cốc đầy. Nàng đủ cương sữa để bé Lili bú suốt đêm nay. Con Mỹ sà vào lòng mẹ kêu đói. Trang chợt nhớ đến chiếc bánh ngọt mẹ chia cho lúc ngồi trên bàn, Trang chỉ vờ cắn một góc rồi gói vào chiếc khăn tay cột lên đầu. Trang tháo khăn ra thì chỉ còn một nắm bột vụn. Mỹ vui mừng, hai bàn tay bé nhỏ nắm chặt tay Trang cúi xuống liếm bột bánh một cách ngon lành. Trang rũ khăn ra vét nốt chỗ còn sót. Bé Mỹ lại cầm tay mẹ liếm sạch, cả những kẽ tay nó cũng không chừa. Ngày thường bao giờ nó cũng đòi ăn những chiếc bánh nguyên vẹn, nếu chỉ vỡ một góc nó cũng chê ít không chịu ăn, nhưng bây giờ dù bé bỏng nó cũng biết có chuyện gì đặc biệt lạ lùng xảy ra không dám quấy. Thấy hết nó bắt chước mẹ rũ khăn, tìm không có chút bánh nào nó phụng phịu:

- Me! Me! Em ăn không no, em không uống nước!

Đó là câu nói độc nhất lúc nó còn muốn ăn thêm.

- Me! Me! Em ăn không no, em không uống nước.

Nhưng bây giờ làm gì có nước mà uống dù em đói hay em no, và mỉa mai thay, dù bên ngoài nước vẫn mênh mông...

Mỗi người tự tìm một chỗ ngồi dễ chịu trên những chiếc đòn ngang trên trần nhà, không ai dám bước chân vào những tấm ván mỏng mảnh sợ sập xuống. Bé Mỹ vẫn ôm cánh tay mẹ:

- Me! Em ăn không no, em không uống nước!

Trang bỗng chợt nhớ ra:

- Cái thang đâu! Còn cái thang đâu rồi?

Phải kéo nó lên kẻo trôi mất, đợi lúc nước rút còn khối công việc phải làm.

Ông Túy nhìn xuống thấy cái thang vẫn tựa chân tường vội vàng kéo lên. Cùng một lúc mọi người đều nhìn cái thang gãy: Cái thang cứu mệnh!

Ông Túy đặt nó nằm dài cạnh cửa sổ. Cái thang đã gãy nát, nhiều chỗ phải chắp nối và quấn giây thép chằng chịt ở mỗi bực thang. Cái thang vẫn suốt ngày dựng bên gốc cây trầu leo trên mình cây vông trụi lá, lâu lâu nó lại bị ném từ nơi này sang nơi khác. Khi người ta hái trầu thì nó bị ném sang gốc cây ổi, khi Tân và Tấn trèo ổi thì nó bị gạt sang gốc cây mít hay đá hẳn xuống đất.

Cái thang cứ nằm lì dưới đất như ăn vạ cho đến khi mẹ Trang trông thấy bảo con Châu dựng lại, nó mới kéo lê sền sệt ném trả vào gốc cây trầu. Cái thang không hề có được một chút tín nhiệm nào. Cả đến người thợ lúc trèo lên trần nhà sửa dây điện cũng chỉ đánh đu vào cánh cửa mà lên chứ không dám dùng nó. Thế mà giờ đây nó đã cứu cả nhà! Nó bỗng hóa ra đáng kính, đáng yêu, anh hùng trong mắt mọi người.

Ở dưới nhà chốc chốc lại có tiếng đồ vật đổ xuống nước và mỗi lần như thế mẹ Trang lại than thở:

- Thôi còn chi nữa! Cả gia tài sự nghiệp của tôi!

Chỗ chân sưng của ba Trang lại đau nhức dữ dội. Ông rên rỉ một lúc rồi mê lịm hẳn đi. Khi ba Trang không rên nữa thì đến lượt những người khác rên. Những ai có lội nước đều cất tiếng rên, ban đầu còn gắng rên se sẻ, cuối cùng không còn nể nang gì nữa, mạnh ai nấy rên và càng ngày càng to. Trang cũng thế, nàng thấy cả người mỏi như dần, nhất là hai bắp chân và đùi, từng thớ thịt đều như tê cứng lại và đau đớn đến nỗi không thể trở mình được.

Suốt từ sáng cho đến chiều mọi người nằm co quắp trên những thanh gỗ ngang mê man không biết đến bên ngoài, không biết ngày giờ và cũng không biết đến đói khát...

Dần dần trời tối hẳn lại, nhưng mưa vẫn còn nặng hạt. Tiếng kêu cứu và tiếng mõ, tiếng súng báo hiệu vẫn còn vẳng lại xa xa. Cả nhà không ai nói gì, bỗng nhiên bà Túy kêu lên:

- Chết tôi rồi! Trời ơi, tôi đau bụng!

Hai tay bà ôm chặt lấy cái bụng to tướng đã gần ngày cất tiếng rên rỉ. Bác sĩ hôm kia đã nói bà sắp đẻ trong vài ngày, nghĩa là tình trạng như một trái cây đã chín tới, chỉ còn đợi nó rụng xuống mà thôi!

Ông Túy hốt hoảng:

- Ấy chớ! Đừng đẻ ra đây nhá! Dại dột đẻ ra bây giờ thì chết cả mẹ lẫn con chứ không chơi đâu! Gắng nín đến mai may ra còn hy vọng sống!

- Ối trời ơi! Đau chết tôi, đau chết mất thôi, ối ối..

Bà Túy đang ôm bụng rên la bỗng bật cười:

- Không sao đâu, tôi không đẻ bây giờ đâu! Ôi trời, đau quá, đau quá!...

Tân và Tấn còn bé, mình nhỏ nhẹ nên nằm lăn ra ván ngủ. Chúng chỉ thấy khổ vì phải nhịn đói suốt ngày, và lại còn khát nữa! Từ ngày mẹ chết, chúng nó không còn ai để vòi vĩnh nên cũng đã thành thói quen ngoan ngoãn, và nhất là trong lúc này chúng biết không thể có gì hơn được nên đành ôm nhau nằm ngủ. Mọi người cũng dần dần ngủ, hay nói cho đúng hơn là mê đi trong tiếng mưa, trong sự mệt mỏi cùng cực của thể xác và tâm hồn.

Sáng hôm sau lúc trời mờ sáng thì nước đã rút chỉ còn ngang đầu gối và mưa cũng đã tạnh hẳn. Cái thang lại được đặt xuống rất cẩn thận nhẹ nhàng, và mọi người cố hết sức kéo lê thân hình mỏi mệt dò lần từng bước thang xuống bắt tay vào công việc dọn dẹp.

Bên dưới, cả một cảnh tượng tàn phá thảm hại hiện ra, tất cả, cái gì cũng đổ vỡ bẩn thỉu. Sách vở bị nước đưa đẩy tản mác đi khắp cả các phòng và nát ra từng mảnh. Cả một tủ đựng cốc chén đổ vỡ. Các rương và tủ quần áo lúc dỡ ra thì chúng đã tự nhuộm thành một thứ màu lem luốc không tên.

Mẹ Trang ngẩn ngơ cầm một chiếc áo màu bùn bẩn thỉu ướt sũng những nước, ngắm mãi không thôi. Đó là chiếc áo nhung màu rượu chát mới nhất và cũng là chiếc áo đẹp nhất của bà, bây giờ nó giống hệt như một con mèo bị nhúng nước bùn, từng đám nhung xoắn tít lấy nhau không còn những ánh tuyết êm dịu óng ánh nữa. Bà nhìn lên bức ảnh bán thân treo trên tường cao, bức ảnh chụp lúc bà mới hai mươi lăm tuổi, lúc bà còn trẻ đẹp... Trang đến cạnh mẹ se sẻ nói:

- Mẹ ạ, con mua cho mẹ một chiếc áo nhung khác.

Bà lắc đầu gượng cười:

- Không con ạ, có phải mẹ tiếc chiếc áo nhung đâu!

Bà rơm rớm nước mắt tiếp theo:

- Suốt đời mẹ từ lúc trẻ cho đến bây giờ, mẹ đã hy sinh hết cả cho chồng, cho con, cho gia đình. Mẹ có tiếc gì đâu! Trải qua bao nhiêu lần lên bổng xuống trầm, mẹ đã bảo toàn được cảnh nhà, và giúp đỡ cho ba con không phải là ít. Cho đến ngày nay, các con đều đã trưởng thành tản mát tất cả bốn phương, mẹ thì già, mẹ chỉ còn có một người chồng mà nay cũng không còn là của mình nữa! Có lẽ nào mẹ lại tiếc một chiếc áo nhung!

Bà ngừng một lát thở dài:

- Mẹ đã cố hết sức mà rốt cuộc không cứu vớt được gì cả! Nhưng dầu sao mẹ cũng đã tận lực. Nay mai mẹ sẽ... ra đi..., và đời sẽ quên mẹ như mẹ quên chiếc áo nhung này, nhưng thôi mẹ chỉ nói chừng ấy, con phải tự tìm hiểu thêm cho nhiều mà định liệu đời con...

- Hê hê hê, đồ của tôi không ướt lấy một cái vảy, hê hê hê... Cả mấy con gà con cũng tự trốn được không chết lấy một con, chi lạ, thiệt là có thời!

Nghe tiếng cười hê hê của cô Tư, Trang thấy cả người nổi gai. Trang nhìn cô và cảm thấy hơi là lạ. Tuy ống son của cô không mất nhưng sáng nay cô chưa trang điểm, trông chán chường tàn tạ quá chừng. Trang đã quen nhìn cô với đôi má đỏ rực như hoa phượng, môi cũng đỏ chói, son đánh sát vành môi mỏng dính, có hai khóe thực dài. Gương mặt gầy, lưỡng quyền cao, bộ mặt lúc nào cũng đánh phấn trắng bệch của cô tăng thêm sự trái ngược của đôi bàn tay đen xương xẩu và lúc nào cũng nhơm nhớp đầy mồ hôi.

Ban đầu Trang thấy chướng mắt cái lối trang điểm có vẻ hình nộm ấy nhưng sau nhìn quen Trang cũng thấy cô đẹp, một vẻ đẹp mê hồn các ông già, nhưng thiếu tính chất dịu dàng thùy mị của những người đàn bà với sứ mệnh đem lại hạnh phúc thịnh vượng cho gia đình.

Ngoài sân thấp thoáng bóng những người láng giềng đến hỏi thăm. Họ ở những nơi thấp hơn nên tản cư ngay từ lúc mới bắt đầu lụt, nay mới trở về.

Mọi người tranh nhau kể lể:

- Tôi bị trôi tất cả quần áo đồ đạc, bây giờ chỉ còn một manh này.

- Tôi bị sập cả cái nhà bếp, nhà ngang.

- Tôi trôi mất cả bầy heo hai chục con.

- Tôi...

- Ấy, dưới kia người ta trôi sạch cả làng, cho đến vững như cột đình cũng không còn!

- Có một gia đình bám lên mái nhà tranh bị trôi tuốt ra sông Hương, lúc trôi ngang dưới cầu Trường Tiền bị gạt cả xuống nước. Hà hà, thì ra chúng mình vẫn còn có phúc!

- Nào về lo sửa máy vô tuyến điện trước, nghe thiên hạ nói dóc chơi. Mình kêu cứu khản cả cổ cũng chẳng có con ma nào biết đến, chứ nghe bản báo cáo thì chắc là cả một đội thủy binh đi cứu nạn dân và kết quả tốt đẹp ghê lắm!

- Thế nào, cụ có việc gì không, cô Trang có mất mát gì không?

Mẹ Trang chỉ gian nhà:

- Các ông các bà xem đấy, may mà còn gian nhà và cái thân già này!

Trang định trả lời mất sạch cả, nhưng cái cảnh người đàn ông cõng đứa con chết trên lưng, mải miết bơi trên mặt nước mênh mang không bờ bến hiện ra trước mắt nàng. Trang ôm chặt hai con vào lòng trả lời:

- Không, không, tôi không hề mất chút gì. Cả cái gia tài của tôi vẫn còn nguyên vẹn.

Tiếng rên của ba Trang, từ trong phòng vẳng ra nhắc nàng nhớ đến ấm nước đang đun dở để pha trà cho ông. Trang đứng dậy xuống bếp cho thêm củi. Con Châu đang vo gạo bảoTrang:

- Này chị, nghe bà Bá bên cạnh đang khóc ông ấy. Hay quá! Em nghe từ sáng đến giờ vẫn chưa hết, dài hơi ghê!

Trang lắng tai nghe. Tiếng bà sang sảng chẳng khác lúc bà chửi mất gà tí nào.

- Hơ hơ, hờ hờ, ông ơi là ông ơi! Ông chết đi ông bỏ tui, ông bỏ tòa ngang dãy dọc. Ông ơi là ông ơi! Ông sống giàu có năm đụn bảy kho mà chết vừa đói vừa lạnh. Tui biểu ông ăn mấy miếng khoai khô rồi đi mà ông cũng không ăn. Ông nóng ruột đi tìm cháu ông để đến nỗi ôm cây mà chết giữa đường. Tui đã chắp tay tui lạy ông, biểu ông đừng đi, một hai ông cũng cứ đi. Hơ hơ! Hờ hờ! Tổ cha đứa mô rứa mà hắn dám nói tui xui ông đi vớt củi rều, để ông lạnh, ông đuối sức ông chết! Ông ơi! Lúc sống hà tần hà tiện, con cá to cũng không dám ăn, chừ ông chết rồi tui cúng nem cúng chả cho ông ích chi! Ông ơi! Hơ hơ! Hờ hờ...

Bỗng nhiên bà đổi giọng quát người ở:

- Mới, mi còn đợi chi mà không đi vo thúng gạo ướt xay bột đi, để lâu chua lè ra tau bắt mi ăn cho hết đó.

Ấm nước đã sôi, Trang đổ vào bình rồi đun ấm khác.

Những cành tre nổ lốp bốp, ánh lửa đỏ ấm áp reo vui. Cái thang đã được chặt ra để nấu vì tất cả than củi đều bị ướt hết không dùng được. Cái thang anh hùng, cái thang cứu mệnh hôm qua! Nếu biết suy nghĩ chắc nó tưởng rằng sau cái "ân cứu mệnh" người ta sẽ đặt nó trong viện bảo tàng hay cho vào lồng kính xếp chung với bàn thờ tổ tiên để ghi công ơn nó... Nhưng thực ra trên đời mấy ai biết tri ân, mấy ai còn nhớ đến những tai nạn đã qua! Khi người ta chết hụt xong, phần đông đều tưởng rằng "Mạng mình to lắm. Có lẽ Ông Trời còn dành để dùng vào một sự nghiệp vĩ đại gì đây!" Vậy thì cái thang dù suốt đời đã tận tụy hy sinh, thì dù có phải hy sinh cho đến phút cuối cùng cũng là lẽ dĩ nhiên.

Mai đây người ta sẽ đặt làm một cái thang mới, chắc chắn đẹp đẽ, xứng đáng để trao gởi tính mệnh lúc cần dùng đến, cũng là một lẽ dĩ nhiên nữa. Còn cái thang cũ kỹ, gãy nát, trước khi trở về với tro bụi, vẫn nấu chín cơm sôi nước, hiến thân một lần cuối cùng, lại càng là một lẽ dĩ nhiên và hợp lý vô cùng.

Chương 11.
Còn nước còn tát

Gần một năm trời sum họp với gia đình làm Trang ngao ngán. Đại gia đình của nàng mặc dầu trải qua mấy lần kinh hoàng với thời cuộc, trải qua bao nhiêu biến cố chết đi sống lại, vẫn không hề thay đổi chút nào. Hay là chỉ thay đổi tạm thời cho thích hợp hoàn cảnh, rồi khi sóng yên gió lặng, mọi nhân vật với những cá tính đặc biệt lại trở về với những thói quen xưa. Thì ra người ta chỉ tha thứ, hợp tác, tin cậy và dễ dãi với nhau trong cơn hoạn nạn mà thôi!

Và những đứa con đã lớn, đã sống dộc lập, đã chìm nổi gió sương bao nhiêu năm, khi trở về với đại gia đình, nó lại hiện nguyên hình trong nền nếp cũ: phản đối ngấm ngầm, phục tùng giả dối... Phần nhiều ý nghĩ và hành động trái ngược nhau một cách mỉa mai.

Trang không muốn nghĩ ngợi sâu hơn nữa về cha mẹ. Trang thấy ai cũng đúng mà ai cũng có điều sai lầm. Mỗi người đều cương quyết đi đến một cực đoan và không ai muốn quay đầu trở lại, thành ra sự lãnh đạm, xa cách càng ngày càng sâu. Tình yêu của cha mẹ, cái "tình thiêng liêng" ngày xưa đã chết! Một chút nghĩa rất mong manh giữ họ phải sống chung dưới một mái nhà mà mỗi người mơ một cảnh giới khác...

Ba Trang mặc dầu rất muốn xa hẳn bà vợ già để vui hạnh phúc với cô vợ trẻ nhưng không lẽ gần bốn chục năm trời tình nghĩa bây giờ đã lên cụ, đã thành ông nội, bà cố, đã gần đất xa trời lại còn bày chuyện ly dị cho thiên hạ chê cười? Dù sao, vì danh tiếng của gia đình, vợ chồng vẫn phải nhẫn nại, cố chịu đựng để giữ tiếng với bà con thân thuộc, mà sự thực trong lúc ấy, làng trên xóm dưới đã kể chuyện giựt gân của họ không bỏ sót một chi tiết nào.

Xưa kia đã có lần Trang tưởng mình khổ, nhưng bây giờ so với tâm sự của mẹ, là một khôi hài mỉa mai. Tóm lại cũng chỉ vì không hiểu nhau mà ra cả. Cha mẹ hơn bốn chục năm trời chung sống còn chưa hiểu nhau thay!

Nhưng tại sao lại không hiểu? Tại người ta không muốn hiểu, không chịu hiểu, không hiểu nổi hay mình không giúp cho người ta hiểu?

Trang ngập ngừng thấy mình cứ muốn đi sâu vào tâm tư của cha mẹ. Nếu cách đây ba chục năm, đó là những "đấng thiêng liêng" mà các con chỉ biết cúi đầu vâng lệnh chứ không bao giờ dám cãi lại, hay phê bình phải, trái, dở, hay...

- Chị ơi, có thư!

Tân ở ngoài cửa vừa chạy vào vừa gọi Trang, đưa cho nàng một bức thư. Nhìn nét chữ Trang nhận ra thư của Dung. Dung hiện đang ở với hai con làm việc với một hãng buôn ở Saigon, cuộc sống cũng hơi chật vật. Trang bóc thư ra xem xong đem lên nhà đưa cho cha. Trang đứng bên cạnh chờ, nhìn kỹ nét mặt để xem sự phản ứng của ông thế nào.

Ông nằm trên phản gỗ ở giữa nhà hóng mát. Cô Tư ngồi bên cạnh đang đếm xâu hạt ngọc. Cô lần từng viên nói to:

- Sanh... lão... bệnh... tử. Sanh, lão, bệnh, tử...

Ba Trang cầm bức thư, không tìm thấy kính đâu, ông cau mày hỏi:

- Nó gửi cho ai? Đọc nghe, Nó nói gì trong ấy?

- Dạ chị con gửi cho con. Nói nhờ bà Ban giúp nên mới được việc làm hiện tại. Bây giờ xin gởi vào cho chị một cặp nón Gò Găng để tặng bà Ban vì bà ấy đi xa muốn một đôi nón tốt nhưng tìm không có.

- Mua độ bao nhiêu tiền?

- Dạ độ một trăm đồng.

Ông cau mày:

- Hừ, những một trăm đồng! Mua nón cho nó làm ơn làm nghĩa! Tao thôi việc nằm đây còn làm gì ra tiền! Con cái đứa thì ăn, đứa thì xin.

- Dạ!

- Người ta thì con cái thành ông nọ bà kia cả, tháng tháng cung cấp cho cha mẹ, còn tao thì...

- Dạ, thưa ba muốn ăn trái thì phải trồng cây...

Ông quát lên:

- Đấy, lại sắp dở giọng! Thôi đi xuống nhà!

Trang lẵng lặng đi xuống, nàng nghe cô Tư cười rú lên:

- Hi hi hi, "Sanh" cụ ơi! Cụ mua chuỗi ngọc cho em đi. Chuỗi ni tốt lắm. Có sáu ngàn thôi mà. Chuỗi ni hên lắm. Sanh mà lị!

Trang lặng cả người. Thực là một cảnh tượng mâu thuẫn mỉa mai. Đứa con gái thuở bé không cầu, nhưng lớn lên đã làm ông đắc ý ngâm mấy câu Đường thi:

"Tùng thử thiên hạ phụ mẫu tâm
Bất trọng sanh nam trọng sanh nữ"...

Mặc dầu Dung không làm Hoàng hậu, Vương phi gì cả như bài thơ tả nàng Dương Quý Phi, nhưng nàng đã nai lưng ghé vai lãnh cái gánh nặng của gia đình lúc nguy nan nhất trong thời loạn. Đứa con ấy bây giờ đang sống lao đao chật vật, xin ông một đôi nón Gò Găng để tạ ơn ân nhân ông cũng dần vặt, trong khi cô hầu non đang đếm từng hạt ngọc "sanh, lão, bệnh, tử" xem chữ nào đúng vào hạt may mắn.

Ba Trang cầm chuỗi hạt lên xem, gật gù:

- Em thích thì mua nhưng... đừng cho bà biết. Nói là em tự mua nghe không?

Cô Tư bĩu môi:

- Hừ, em thiếu chi tiền! Tiền em cho vay đặt nợ đòi về hết cũng đủ mua một trăm chuỗi.

Cô nói mà không cười, vì bệnh nói khoác đã thâm nhập vào tâm can phế phủ từ lâu, thành bệnh kinh niên rồi, nên cô nói khoác không còn ngượng miệng nữa, và cũng không còn phân biệt được lúc nào là nói phét, lúc nào là nói thật.

Sự thực từ ngày chồng cô cưới cô vợ "đồng chí" trên khu, cô làm bánh bông lan bán sỉ, hai mẹ con kiếm đủ chi tiêu là may lắm rồi. Nhưng cuộc sống vật lộn vất vả cho cô một cái kinh nghiệm là càng khoe khoang nhiều, càng diện sang, càng dễ... đi vay, và với đàn ông, càng xem nhỏ đồng tiền thì họ càng cho nhiều mà không dám tiếc.

- Nào ai nói em không tiền, nhưng mà tôi sợ...

Cô xoa bụng cười một cách kiêu hãnh:

- Để em đẻ một thằng con trai xem có ai dám làm gì em không.

- Con gì cũng được, con trai con gái gì tôi cũng có đủ, miễn con em đẻ là tôi quí!

Cô nũng nịu:

- Không, em nhất định đẻ con trai, đẻ con gái em không thèm nuôi đâu.

Cô không bỏ một dịp nào có thể mỉa mai:

- Con gái cụ cả bầy đó, có ai "nên thân" đâu! Có ai làm vương làm tướng chi được mô mà đẻ ra cho thêm tội thêm nợ.

Cô mở hộp thuốc Cẩm Lệ vấn một điếu thực lớn hút phì phèo nói tiếp:

- Chi lạ, dạo ni em hút thuốc nhiều quá, hút ngày hút đêm không ngừng, không hút thì nhớ thèm ghê.

Ông âu yếm cười:

- Thế mới là tri kỷ của tôi. Bà ghét thuốc lá thành ra xưa nay tôi không được hưởng cái thú hút thuốc lá trên giường. Thật là phí cả mấy chục năm trời.

- Ờ mà lạ quá, em có mang lần này, chi cũng không thèm chỉ thèm thuốc.

Ông gật gù:

- Thế mới đúng là con của tôi.

Cô Tư kiêu hãnh hất hàm hỏi:

- Thế còn mấy anh mấy chị?

- Con ông già mới là đứa con "tinh thần" em biết không? Còn những đứa con đẻ lúc thanh niên toàn là con "vật chất" hết! Hai vợ chồng làm quần quật suốt ngày chưa đủ trả nợ còn ai dám nghĩ đến chuyện đẻ con. Nhưng lỡ có thì cũng đành chịu vậy, coi như "trời cho"! Chỉ lúc nào về già, trí não thong thả, sự nghiệp công danh gì cũng đầy đủ, rảnh rang uống rượu ngâm thơ, trồng hoa, xem sách mới nghĩ đến chuyện "đúc" một đứa con út để bồng bế vui đùa cho đỡ hiu quạnh lúc tuổi già. Để em xem, em sinh con rồi sẽ thấy tôi cưng nó đến như thế nào.

Cô Tư đang cười hi hi hi một tràng dài bỗng phát vào đùi đánh đét một cái nói:

- Chết! Cuối tháng rồi! Em phải đi đòi nợ mới được. Để mấy thằng cha đó lãnh lương ra, đi đánh bài hết. Chặn đầu không được chỉ còn nước coi tụi nó nhăn răng cười trừ, xin góp tháng sau.

Ông lo lắng:

- Họ nợ em có nhiều không? Có ai quịt của em bao giờ không?

Cô lấy một chiếc gối nhỏ chêm chân cho ông trở mình, cong cớn:

- Quịt của em? Bộ muốn mồ mả ông bà được lật ngược lên phơi nắng hay sao! Em nói cho cụ biết, nếu cụ gặp em sớm hơn thì bây giờ đã giàu to rồi.

Ông cảm động nắm tay cô:

- Tôi tiếc quá, nếu gặp em ba mươi năm trước thì...

Cô cười rú lên:

- Hi hi hi, ba mươi năm trước em còn nằm trong nôi.

Ông không chú ý nghe lời cô nói. Trong trí ông chợt nhớ đến một bài thơ chữ nho trong có câu "tương phùng hận vãn", ông muốn làm một bài thơ tặng cô nhưng nghĩ mãi không ra, hình như hôm nay tất cả văn chương thơ phú đều trốn đi đâu mất! Có một câu ông vừa ý nhất thì đã làm trong bài thơ tặng một bà "bạn gái" danh ca từ lâu lắm rồi! Ông gật gù ngâm lại câu kết: "Gặp nhau chi lúc chợ gần tan!" Phải, chợ gần tan thì còn buôn bán gì được nữa! Cũng như giờ đây ông đã già rồi còn mong hưởng việc đời được bao lâu, biết có còn sống được mười năm nữa để trông thấy cảnh cô Tư làm giàu cho ông sung sướng, đẻ con quí tử cho ông vẻ vang lây?

Trong đời ông, mãi đến bây giờ mới thấy cái say sưa đối với đàn bà. Bà hiền lành quá, bà là người của thế hệ trước lúc nào cũng coi chồng như cấp trên. Chồng muốn là mệnh lệnh, dù những ý thích của ông thật là động trời.

Tuy trong lòng bà không ưa gì người tình địch mà ngoài mặt vẫn phải ngọt ngào, phải tỏ ra vui vẻ, đại lượng. Gia giáo dạy bà như thế, tập quán của gia đình, xã hội đều yêu cầu như thế, ông được nuông chiều quá nên quen đi không thấy sung sướng nữa.

Những cô vợ lẽ nàng hầu bà đã cưới về cho ông xưa nay bà đã cố ý chọn cô nào không đẹp lắm, và nhất là không học hành thông thái gì cả để tránh sự ghen ngược và lấn quyền rất có thể xảy ra. Bà đã coi ông là ông Trời, các cô lại còn coi ông hơn cả Trời nữa, thành ra ông không thấy thú vị gì cả. Ông thấy đàn bà như một đàn ngựa thuần, ngoan ngoãn đến phát chán.

Mãi đến bây giờ gặp cô Tư như gặp một con ngựa hay, mà "ngựa hay thì có chứng" như tục ngữ đã nói, thỉnh thoảng nó lại dở chứng đá ông một cú đau điếng nhưng cũng thú vị biết bao! Xưa nay mỗi lúc ông cất tiếng gọi bà hay cô nào thì họ "miệng dạ, chân chạy" đến ngay lập tức. Bây giờ trái lại, ông thường gặp những trường hợp bất ngờ và đầy kích thích. Hôm cô Tư mới về ông gọi:

- Em Tư ơi!

- Dạ.

- Ra đây rót cho tôi chén nước!

- Thì cụ vô đây không được hay sao? Nước trong bình đó, rót lấy mà uống! À em cũng khát, rót nhiều cho em uống với.

Ông thấy ngạc nhiên và thú vị như lần đầu tiên lúc còn bé tí được trông thấy dòng nước chảy ngược lên và ngọn đèn chúc trở xuống. Nó lạ lùng và kích thích biết bao nhiêu.

Lại còn những lúc ông đang hút thuốc, cô giật lấy hút phì phèo vài hơi rồi trả lại trên môi ông cũng mới lạ đối với ông, hơn nữa lại còn âu yếm làm sao! Có lúc cô tự thắp một điếu hút trước vài hơi rồi đút cho ông, trông thân mật hấp dẫn quá chừng.

Từ lâu ông đã chán lối sống xa cách của những đôi vợ chồng thời phong kiến. Che giấu tình cảm, "tương kính như tân", cái điểm mà bà lúc nào cũng giữ. Đã là vợ chồng mà phải kính sợ nhau, hay coi nhau như khách thì còn thú vị gì nữa!

Tiếng cô Tư gọi ông làm ông giật mình:

- Cụ, cụ nghĩ gì mà nghĩ lắm thế? Em đi đây. Nhân tiện em ghé lại anh Nam mời đến chữa bệnh cho cụ. Anh ta là anh họ của em làm thầy chuyên môn chữa bệnh bằng thuốc ngoại khoa có tiếng lắm. Cụ lành rồi phải thưởng cho em nghen!

Nói xong không đợi ông trả lời, cô xách nón ngoe ngoảy đi ra cửa.

***

Còn lại một mình, ông châm một điếu thuốc vừa hút vừa nghĩ ngợi lan man. Hồi nãy Trang vừa nói một câu, ông thấy đúng nhưng phải mắng chặn đi, bởi vì để Trang nói trắng ra thì có vẻ bất kính lắm. Mới cách đây không lâu bao giờ ông cũng chuyện trò bàn bạc với con như bạn, nhưng từ ngày có cô Tư, ông muốn xa cách bớt, để giữ cái uy nghiêm của một người cha, nhất là khi người cha ấy đã có nhiều hành vi, chính tự mình cũng thấy là hơi quá đáng.

Trang nói rằng: "Muốn ăn trái phải trồng cây". Đúng, và đã trồng thì phải lo vun xới, chăm bón cẩn thận. Các con ngày nay không cung đốn ông được cũng là lỗi tại ông, ông đã thiếu bổn phận làm cha bây giờ còn phàn nàn gì nữa!

Xưa nay, mãi nghĩ đến khoái lạc riêng của mình, chạy theo công danh và nữ sắc, ông không bao giờ nghĩ đến tương lai các con. Ông bà định lúc đám con gái lớn lên sẽ gả cho mỗi đứa một thằng chồng theo kiểu "làm quan tất" là đủ sung sướng chán, nghĩa là yên phận theo chồng, bò lên bậc thang quan lại, rồi thì "cơm vua ngày trời", một ngày kia cũng ngựa anh võng nàng như ai vậy

Các con trai được quí trọng hơn, nhưng ông không để tâm đến sức học như thế nào. Nếu thế giới cứ bình yên mãi chắc mọi sự cũng không ra ngoài dự đoán của ông: đường hoạn lộ dài mấy, đi lâu rồi cũng tới.

Nhưng khốn nỗi, ba, bốn thứ đảo chính liên tiếp. Mỗi lần đảo chính là một lần chết đi sống lại. Rồi cách mệnh bỗng bùng nổ, ông không ngờ. Mọi sự đều bị lật ngược.

Phải có Ông Bà Cố Tổ trên ba đời bần cố nông mới mong được ăn nên làm ra, Ông đành chịu thua trước làn sóng ồ ạt dữ dội lan tràn khắp nơi. Tất cả dự tính của ông đều đổ xuống sông xuống biển hết.

Nhớ đến cái thời kỳ "phong trào" mới nổi lên, ông buồn đến lặng cả người! Của cải ruộng vườn nhà cửa gì cũng phải nộp hết, cả đến con trai con gái gì cũng phải "quyên" ra làm việc để đổi lấy sự bình yên của hai thân già. Ông bà đóng chặt cửa nhà trước tạ khách. Bà nhặt củi khô trong vườn để nấu cơm, ông ngồi ở góc vườn sau chăn bò, vì thằng bé chăn bò cũng phải đi Bình dân học vụ và Nhi đồng cứu quốc nhóm họp, học hành suốt ngày. Ông ngồi chăn đám bò ăn cỏ đã tức cảnh tập Kiều mấy câu:

"Hỏi ông, ông mắc ra đình,
Hỏi bà, bà mắc biểu tình đến mai
Hỏi cô, cô mắc "một, hai"
Hỏi cậu, cậu mắc hát bài Thanh niên
Cả nhà sung sướng như tiên..."

Nghĩ đến thời kỳ ấy ông thấy lòng nao nao. Mọi người đứng trước một tai nạn chung, đều hợp tác chặt chẽ để bảo vệ sự an toàn của gia đình. Nhưng đến lúc sóng yên gió lặn rồi, tai qua nạn khỏi rồi thì mỗi người lại dàn ra một mặt trận và cố sức phát triển mạnh mẽ. Ông lại cô này, cô nọ, bà lại cúng bái chùa chiền...

Có tiếng kẹt cửa ông quay lại, Bà rón rén đi vào tay bưng một chén trà nóng.

- Mình, đây là chén trà cúng Phật, tôi đã xin "phép" trong đó rồi. Mình uống đi cho khỏe.

Muốn từ chối nhưng không nỡ, và cũng không có mặt cô Tư, ông có thể uống cho bà vui lòng. Ông định uống vài ngụm rồi thôi nhưng chén trà thơm ngon quá, làm ông theo thói quen cứ uống dần cho đến hết.

Bà nhỏ nhẹ nói:

- Mình này, Đền thờ Mẫu ở gần cửa Tứ linh lắm. Hôm qua tôi có lại đằng ấy khấn xin Ngài về trị cho mình. Cô Ngọc là "lính" của Mẫu đã hơn mười năm nay, Mẫu ban phúc ban lộc cho nhiều lắm. Đền to hết sức mình à. Chỉ một cái mão Cửu châu của Mẫu đội chín cái hột xoàn cũng đến bạc vạn rồi.

- Thế nếu cúng thì hết bao nhiêu tiền?

- Chưa biết, nhưng chắc là không ít. Hôm nọ bà tham Bê sốt, khấn Mẫu lành rồi dâng một lễ tạ ngót vạn bạc.

Ông giật nẩy mình:

- Vạn bạc! Vạn bạc thì giết ai ra? Mẫu gì mà ăn cắt cổ thất nhân ác đức đến như thế?

- Mình đừng nói bậy không nên! Mẫu linh lắm, Mẫu cho lành rồi ban phúc ban lộc thì lại khá, lại ăn nên làm ra được, còn hơn nằm ôm bệnh biết đến bao giờ?

Ông thấy rất khó chịu, giả vờ nhắm mắt rên khe khẽ và chỉ vào chân có ý muốn nói ông đang đau đừng làm bận ông. Ông thấy giận lạ lùng. Ông đường đường là một người quân tử chính đại quang minh, nếu trong đời ông có lầm lỗi thì chỉ độc có một lỗi không trung thành với bà, lỗi này bà không bắt thì thôi chứ can thiệp gì đến Mẫu? Nay ông đau ốm là bệnh của vật chất chứ Mẫu nào lại làm ra bệnh tật, Mẫu nào lại vô duyên vô cớ hại ông để đòi ăn lễ được! Ông rên to lên để khỏi nghe tiếng bà nói thêm, để cho hả cái giận dữ trong lòng.

Bà thấy ông đau, hoảng hốt vội đi tìm chai dầu bóp. Trong trí não chất phác và cố chấp của bà, bà không tin gì hơn là Trời Phật Thánh Thần. Ngày xưa con trai út bà bị đau sốt rét rất nặng nhưng bà chỉ cho chữa thuốc ta. Và các ông lang ta xưa nay vẫn liệu "chạy" trước, khi thấy con bệnh gần chết. Còn thói quen của các ông lang tây là khi thấy bệnh nhân hấp hối hay chết rồi cũng còn tiêm thêm một mũi thuốc hồi dương để tỏ ra ta đây tận tâm với chức vụ, đã cố hết sức cứu tính mệnh bệnh nhân cho đến phút cuối cùng.

Và vì thế bà cứ nhớ mãi cái phút giây khi bác sĩ rút mũi tiêm ra thì thằng bé tắt thở! Như thế nghĩa là chính họ đã giết chết con bà. Từ đấy bà đâm ra ghét thuốc tây và định nghĩa các ông lang tây là những kẻ giết người công khai mà vô tội.

Thời gian trôi, khoa học tiến bộ không ngừng, xã hội cũng không phải là cái xã hội lúc bà còn xuân sắc, nhưng bà không chịu hiểu điều đó. Những cuốn Kinh Lăng Nghiêm, Pháp Hoa, Quan Âm ngày ngày bà vẫn tụng không có một chữ nào thay đổi, cũng như tư tưởng, quan niệm về việc đời của bà cũng vẫn không hề khác xưa.

Trong khi ấy thì ông đọc báo xem sách, theo dõi mọi biến chuyển của thời thế, ông khỏe mạnh cường tráng đúng là một con người của thời đại. Tư tưởng của ông cũng thay đổi, nhất là về địa hạt thẩm mỹ đối với đàn bà: cái gì lúc xưa ông cho là lõa lồ chướng mắt, trái với đạo đức thì bây giờ hóa ra mỹ thuật và đẹp đẽ văn minh vô cùng.

Vú cao, hông nở, răng trắng, môi son, nói cười hoạt bát, nếu có nũng nịu khêu gợi lại càng tốt! Tất cả những thứ ấy trước kia ông đã từng khinh bỉ, cho rằng người đàn bà như thế là đồ hư đồ bỏ, đồ lẳng lơ trắc nết, sẽ ế chồng, hay có lấy chồng cũng "vô mùng ba, ra mùng bảy", hay nếu không, cũng làm lụn bại nhà chồng.

Trong khi bà vẫn trung thành với khuôn phép "chồng chúa vợ tôi" cổ truyền thì ông đã "cách mạng" nó từ lúc nào mà không bảo cho bà biết.

Ông thất vọng biết bao nhiêu khi thấy bà vẫn bo bo giữ

những tư tưởng lạc hậu ấy, nếu là món đồ cổ thì càng xưa càng quí, nhưng trong cuộc sống, bà không theo kịp thì dại quá, đi ngược với thời đại như thế, hay nói cho đúng hơn, đi ngược với sự yêu cầu của ông như thế thì còn trách ai? Ông ngao ngán khi thấy bà cạo đầu trọc như các bà sư, ăn mặc cũng toàn một mầu nâu, lại còn ăn chay trường nữa! Nhưng tất cả những thứ ấy cũng không làm cho ông chán nản bằng một câu bà hay nhắc mỗi khi hờn ông:

- Tôi chỉ biết có Trời Phật! Chỉ có Trời Phật hiểu tôi mà thôi! Trời Phật thương tôi và tôi cũng không thương ai ngoài thương Trời Phật cả!

Ông thấy bà khiêu khích ông, và nhất là chạm đến lòng tự ái của người chồng "đại trượng phu" quá lắm! Ông nghĩ thầm như để trả thù: "À, bà đã không thương tôi thì tôi tìm người khác thương tôi vậy!"

Cưới được cô Tư, ông rất mãn nguyện. Những cô trước kia thực không thể gọi là vợ lẽ được. Bà chỉ cưới về cho ông một chị bếp hay một cô quản gia mà thôi! Cô Tư mới thực là con người lý tưởng, con người ông có thể giới thiệu với bạn bè mà không xấu hổ, con người ông thích ngồi chung một xe xích lô đi dạo phố một cách hãnh diện. Cô Tư trẻ hơn ông nhiều, lại khéo cho vay đặt nợ lại vừa biết làm cho ông vui. Cô lẳng lơ, khêu gợi, sắc sảo và ngoài ra còn biết cống hiến và hưởng thụ nhiều du dương khác nữa!

Nếu ví người đàn bà là một đóa hoa thì phải là một đóa hoa hồng có gai mới quí, và gai càng nhiều giá trị càng tăng. Nếu hoa không gai, lúc chơi chán người ta sẽ dày đạp không thương tiếc, nhưng nếu hoa có gai họ sẽ vì sợ gai đâm vào tay chợt da chảy máu mà không dám giày vò. Nhờ gai mà hoa được hưởng đôi phần kính nể!

Trong khi ông suy nghĩ bà vẫn im lặng ngồi bên cạnh bóp chân vừa lẩm bẩm niệm Phật. Bà thấy giờ phút này thực là quí hóa, vì từ ngày cô Tư về, cô chiếm "độc quyền" ông, bà không còn được gặp ông một mình nữa. Cho đến từ lúc ông ốm bà cũng không được hỏi han bàn góp ý kiến trong chuyện chạy chữa. Bà hối hận lúc nóng giận đã xô đẩy ông, để ông ngã về cô Tư một cách công khai, đến lúc thấy tình hình càng ngày càng tệ, bà muốn vớt vát lại thì đã không kịp nữa.

Trong mắt ông và cô Tư hình như bà chỉ là một cái bóng, một kỷ niệm đã qua trong dĩ vãng chứ không phải là một nhân vật còn tồn tại và có uy quyền ảnh hưởng trong gia đình. Họ không muốn biết là có bà trong nhà, cho đến tấm ảnh bà, tấm ảnh thuở bà còn trẻ ông vẫn rất yêu quí đã gửi sang tận bên Pháp chụp lại và phóng đại tô màu vẫn treo trên tường cao bây giờ cũng thay vào tấm ảnh của cô Tư!

Sau khi đắn đo suy nghĩ mãi bà nhất định cũng nhúng tay vào một phần trong việc săn sóc chữa bệnh cho ông, kẻo rồi chúng nó không hiểu sẽ nói bà lãnh đạm không thèm ngó ngàng trong lúc ông đau ốm.

Thấy ông hơi bớt rên bà nhỏ nhẹ:

- Mình à, tôi đã nhờ cô Ngọc xin Mẫu giáng để chữa bệnh cho mình!

Ông nhăn mặt khó chịu:

- Bao giờ đến?

- Có lẽ cũng sắp đến.

Ông muốn từ chối, một phần vì không tin, một phần vì tiếc tiền, nhưng lại cũng muốn thử xem may ra có lành chăng nên không phản đối! Giờ phút này ông rất thèm thuồng ao ước sức khỏe. Trước kia ông cứ tưởng mình sẽ béo tốt, mình đồng da sắt như một lực sĩ cụ hoài, tương lai còn rực rỡ, ân sủng trời cho dồi dào vô tận. Không ngờ bây giờ lúc ông cần nhất, lại là lúc chúng nó chơi hú tim trốn đâu mất tiêu tìm hoài không thấy.

Có tiếng guốc đi vào ngoài sân gạch, bà vội chạy ra đón chào:

- Chào cô. Đúng hẹn quá đi mất! Kìa cả cô Mùi cũng đến, quí hóa quá!

Hai cô đồng vái chào khép nép bước vào. Cả hai đều trạc độ bốn mươi tuổi nhưng chưa có chồng, hay là không có chồng công khai để giữ nghề vì họ là những cô đồng chuyên nghiệp, chồng con bận bịu sẽ có ảnh hưởng cho công việc làm ăn. Cô Ngọc là chủ am còn cô Mùi làm thông ngôn những lời Thánh “troàn” (truyền), mặc dầu Thánh cũng nói tiếng Việt như mọi người.

Cô Ngọc bước vào vái chào ba Trang xong, mở khăn gói lấy một chiếc áo đỏ ra mặc thêm bên ngoài. Cô vừa mặc áo vừa nói có vẻ quan tâm lắm:

- Tôi nghe tin cụ đau đã lâu mà cứ tưởng đau nhẹ thôi, đã định lúc nào rảnh lại hầu thăm. Thật không ngờ đau nặng thế này! Nếu tôi biết được thì dù ai mời đi chữa, dâng lễ bạc triệu tôi cũng không đi để đến đây cúng hầu cụ trước!

Ông nghe phát hoảng tưởng là cô giáo đầu để sau này đòi lễ tạ bạc triệu cũng vội vàng nói đón:

- Chúng tôi không có bạc triệu đâu, Thánh có thương mà chữa giúp thì chữa không thì thôi!

Bà vội đỡ lời ông, sợ ông nói quá, mất lòng cô Ngọc:

- Thánh thương Thánh mới chữa cho chứ Thánh Thần nào có cần gì ăn lễ! Miễn mình lòng thành chén nước cây hương ngài cũng chứng giám rồi!

“Mặt trận” vừa mới dàn ra đã có vẻ quyết liệt ngay lập tức. Cô Ngọc nghe bà và ông nói cũng sợ phát hoảng không kém. Cô tưởng ông bà nói rào đón thế để lúc chữa xong dâng lễ tạ, lòng rất thành mà chỉ có “chén nước cây hương” thôi thì thua non mất, nên vội đánh trống lảng:

- Có ai múc cho thau nước rửa tay đây. Xin Cụ cây diêm thắp hương.

Trang lấy nước và diêm cho cô xong tò mò đứng cạnh giường cha để xem cô Ngọc trong vai “Thánh” chữa bệnh.

Cô Ngọc đã mặc xong chiếc áo đỏ, cô xả tóc và vò cho rối bù lên, xong cầm bó hương cháy đỏ đến cạnh cửa sổ. Cô vái huyên thuyên, mồm lẩm bẩm những gì không nghe rõ, tay cô vẫn cầm hương và múa lung tung.

Mọi người im lặng kính cẩn nhìn cô. Trang chỉ thấy ngạc nhiên và buồn cười, mặc dầu cô Ngọc đã cố tạo ra cái vẻ khủng khiếp oai nghiêm huyền bí. Đang múa bỗng nhiên cô rú lên một tiếng thực ghê rợn, cô nhảy lên từng hồi, cười từng tràng the thé, xong cô móc túi lấy trầu ăn, trong khi nhai cô ợ ngáp luôn mồm.

Lúc nước trầu đã nhiều, cô đến cạnh giường ba Trang, mắt cô quắc lên, tay cầm hương múa lia lịa trên khắp người ông. Thình lình cô phun toẹt một búng nước cốt trầu lên đầu gối chỗ đau của ông, và phun tung tóe khắp cả chung quanh chỗ nằm. Mắt cô lờ đờ giọng nói kéo dài rất nhựa:

- Chánh chương chông chắm, chánh chữa cho chông chành!

Mọi người ngẩn mặt ra nhìn, chẳng hiểu thánh “troàn” cái quỉ quái gì. Cô thông ngôn của Thánh lúc này vội vàng làm phận sự:

- Thánh dạy, Thánh thương cụ lắm thế nào Thánh cũng chữa cho cụ lành.

- Chông chốt chắm, chúc chức lắm, chánh chan chúc chan chộc cho chợ chồng!

- Cụ tốt lắm, hai cụ phúc đức lắm, Thánh sẽ ban phúc ban lộc phù hộ cho hai cụ!

Thánh "troàn" xong đi thẳng ra hiên, hái mấy ngọn lá vạn niên, lá ổi và vài thứ lá cây khác trồng trong chậu làm cảnh. Trước khi đưa cho mẹ Trang cô còn cầm hương vẽ ngang vẽ dọc múa lung tung một lúc để làm phù làm phép.

- Chai chỏ, chòa chượu chắp cho chông, chánh cho chành, chạ chánh chông chật chết.

Cô Mùi lại trang nghiêm dịch:

- Nhai nhỏ hòa rượu đắp cho cụ. Thánh cho cụ lành, cụ nhớ tạ Thánh, không Thánh quở đấy!

Trang đã bắt đầu nghe quen nên hiểu nguyên văn của Thánh dạy là: "... không Thánh vật chết". Có lẽ cô Mùi còn có một chút lịch sự, thấy nói trắng trợn quá không tiện chăng nên cô đổi lại là Thánh "quở". Ai lại Thánh gì mà đòi ăn của đút không có thì vật chết bao giờ?

Tân đứng sau lưng Trang kéo tay chị thì thầm:

- Thánh "tống tiền" ba, chị ơi!

"Thánh" xõa tóc phủ cả mặt mày, giắt nén hương lên mang tai, hai tay uốn éo múa huyên thiên lên người ba Trang một lúc, và bỗng nhiên "Thánh" rú lên một tiếng rồi xỉu đi. Cô Mùi vội chạy đến đỡ nói:

- Ngài thăng rồi!

"Thánh" bây giờ đã trở lại là cô Ngọc. Cô ngồi dậy búi tóc lại, lấy nước súc miệng và vội vã:

- Chào hai cụ tôi xin về!

Mẹ Trang mời:

- Cô đi đâu mà vội! Ở lại dùng cơm chay với tôi đã rồi về!

- Thôi cảm ơn cụ để cho khi khác.Tôi còn phải đi cúng mấy đám nữa!

Mẹ Trang lấy hai tờ giấy trăm để vào tay cô:

- Tiền xe, cô cầm tạm.

Cô giãy nảy lên:

- Ấy chết! Sao cụ khách khí thế? Chỗ người nhà tiền bạc gì! Tôi "hầu" thánh giúp cụ chứ có phải vì tiền bạc gì đâu!

Nhưng cô vội vàng lấy hai tờ giấy bạc ngay kẻo sợ mẹ Trang tưởng thực. Cô bảo cô Mùi:

- Cô Mùi cầm lấy mà đi xe. Chỗ tôi với cụ không lấy tiền còn cô công khó thông ngôn, cụ đã cho thì cầm đi kẻo cụ giận!

Cô quay sang mẹ Trang:

- Bẩm cụ, ngày kia là vía Mẫu, cụ đến lễ tạ Mẫu nhé.

- Vâng, vâng, thế nào chúng tôi cũng đến.

Cô cười một chuỗi dài hi hi hi như ngựa hí, và vội vã đi ra cửa.

Khách vừa ra khỏi ngõ thì cô Tư cũng vừa về. Chưa vào đến nhà đã nghe tiếng cô lanh lảnh:

- Ai cho phép rước mấy con mẹ đồng bóng tới đó? Đồ buôn thần bán thánh! Đồ nói láo ăn tiền, đồ bán trời không văn tự, đồ...

Vào đến cửa trông thấy ba Trang cô đổi ngay giọng cười:

- Cụ ơi, em đã rước được anh Nam em về đây rồi! Anh em làm thầy thuốc ngoại khoa chỉ chuyên môn chữa bệnh bằng thuốc gia truyền thôi! Cụ cứ tin đi, tin là lành liền!

Theo sau lưng cô, một người đàn ông gầy gò quê mùa, khăn đen áo dài rất tề chỉnh. Ông ta vái chào ba Trang rồi tức khắc cất giọng tuyên truyền:

- Bẩm tôi nghe nói cụ đau chân. Bẩm bệnh này gọi là bệnh đau đầu voi. Chắc là cụ bị phong hàn. Tôi đã từng chữa nhiều đám đau như thế này lành hẳn. Bẩm để tôi xin chữa cho cụ để quảng cáo, bẩm tôi chỉ xin lấy đủ tiền thuốc thôi, bẩm để lúc cụ lành rồi thưởng cho bao nhiêu cũng được!

Sau một tràng những bẩm là bẩm, ông ngồi yên, mắt đảo quanh một lượt quan sát cách bày biện trong nhà, như để đánh giá các thứ đồ vật và thân chủ để sau này tính tiền cho hợp lý, hay nghĩ gì không biết, chỉ thấy mắt ông đảo lia lịa, nhìn khắp nơi như một thám tử đang điều tra một vụ án mạng ly kỳ bí mật.

Lại thêm một tấm lòng bác ái nghĩa hiệp, một danh y làm việc mục đích cứu nhân độ thế nữa đây! Những người này không ai lấy tiền công bao giờ, họ chỉ lấy tiền thuốc thôi, còn lễ tạ và tiền thưởng thì không có không được.

Cô Tư không kịp đợi ông trả lời vội vàng rút cái bóp của ông dưới gối lấy ra năm tờ giấy một trăm đồng đưa cho ông Nam bảo:

- Anh đi mua thuốc cho cụ ngay bây giờ, thiếu bao nhiêu tôi đưa thêm sau.

Cô quay lại cười rất tình tứ:

- Cứu bệnh như cứu hỏa mà, phải không cụ! Em phải lo chữa cho cụ lành gấp mới được!

Mẹ Trang lặng lẽ bỏ đi lên nhà thờ. Cũng như mọi khi, có mặt cô Tư là bà tránh đi nơi khác. Tránh để khỏi trông thấy những cử chỉ âu yếm của cô, những lời nói hách dịch, hay những cử chỉ khiêu khích một cách vô phép. Bà rửa mặt đi tụng kinh để cầu nguyện cho ông lành mạnh. Dù sao bà cũng là vợ chánh, ông đối xử thế nào bà cũng phải lo tròn nhiệm vụ. Bà tin rằng tất cả những sự đau khổ đang giày vò ông hiện tại là một sự trừng phạt, vì ông đã xử tệ với bà, một đứa con cưng của Trời Phật.

Bây giờ bà vui lòng cầu xin Trời Phật tha thứ đừng trị tội ông nữa! Bà say sưa với cái ý nghĩ những người nào có lỗi đối với bà không sớm thì muộn thế nào cũng bị Trời phạt! Cái ý nghĩ ấy đã an ủi, gây sinh lực, giúp bà đủ can đảm, nhẫn nại trong cuộc sống đầy bất mãn cho đến ngày nay. Bà hằng trông mong phần thưởng của sự tu nhân tích đức đến trong những ngày tàn, thì hóa ra Trời Phật lại ban thưởng bằng cách hành hạ người chồng bội bạc nhưng bà yêu thương!

Suốt một tháng trời ba Trang được đem ra làm thí nghiệm cho các thứ thuốc bá láp không tên mà rất đắt rất quí. Nó đắt và quí ở chỗ nó là thuốc "bí mật gia truyền", không cho ai được biết tên thuốc, tính chất và mua ở đâu. Bệnh nhân chỉ biết ngày ngày tuân lệnh xoa, đắp hay uống các thứ thuốc lền đặc quánh hay lỏng như nước lạnh và có đủ các thứ màu không tên. Uống, xoa, đắp mà không được biết nó là cái thứ nước quái quỉ gì. Và những người chung quanh chỉ thấy giấy bạc phơi phới bay đi đâu mất, còn bệnh vẫn mỗi ngày một trầm trọng thêm lên.

Thấy không hy vọng gì vào các ông thầy chuyên môn "ngoại khoa gia truyền" được, ba Trang phải bằng lòng cho mời bác sĩ đến hằng ngày. Trước kia vẫn có bác sĩ đến thăm nhưng thỉnh thoảng thôi vì không được tín nhiệm của bệnh nhân. Bác sĩ không có những bài thuốc bí mật "gia truyền" quí hóa để làm cho bệnh nhân hy vọng, bác sĩ không hề ba hoa tán tỉnh "chữa lành quảng cáo" để bệnh nhân nghe cho vui tai, như thế bệnh nhân làm sao có đủ can đảm và nghị lực để chống lại được những cơn đau ghê gớm tưởng chừng như tử thần đang chờ sẵn đâu đây!

Mặc dầu bác sĩ đã được mời đến hằng ngày để xem sự biến chuyển của căn bệnh nhưng ba Trang vẫn không thấy có được sự ký thác của tinh thần. Mỗi sáng mẹ Trang lại đem một cốc trà nóng có "xin phép" trong đó cho ông uống, nhưng không đủ an ủi, ông chỉ xem như giá trị của nó chỉ là một cốc nước trà thơm ngon mà thôi!

Cô Tư lại chạy tìm đâu ra được một ông thầy "anh họ" khác đến chữa bệnh, nhưng ông này chữa bằng cách châm cứu và tiền công rất mắc. Ôâng tự giới thiệu rằng đã chữa lành rất nhiều bệnh, chữa được tất cả các chứng bệnh đã có ở trên đời và sẽ có trong tương lai. Cô Tư vui lòng rút ví tiền của chồng ra trả không hề chớp mắt.

Ba Trang lúc này không còn là con người oai nghiêm chỉ huy tất cả mọi việc trong gia đình nữa, trái lại ông đâm ra hiền lành ngoan ngoãn và vâng lời mọi người như một cái máy.

Ông nhắm mắt làm theo tất cả những ai mách thuốc một cách mù quáng. Người nào đến thăm ông, cũng đều có vài bí phương "gia truyền" mà họ chứng nhận rằng đã thí nghiệm rất hay, thuốc của ông Cố ông Sơ, ba, bốn đời gì truyền lại. Mỗi lần như thế ông lại có một tia hy vọng mới, tiêu thêm một số tiền và đau khổ điêu đứng thêm một lần nữa.

Ngày ngày ba Trang nghiến răng chịu vài mũi tiêm của bác sĩ, hàng chục mũi kim châm, hàng tá vết bỏng của ông thầy "châm cứu", cố chịu những thứ thuốc xoa rát bỏng của quí vị thầy lang vườn chuyên chữa ngoại khoa. Ông chịu một tháng trời như thế cho đến khi cả nhà đều nổi lên phản đối cách chữa bệnh "độc quyền" của cô Tư.

Mỗi lúc ông nổi cơn rét lên là cô đóng cửa chui vào chăn cùng nằm bảo là để "ấp" cho ông bớt rét! Cô không cho ai vào phòng để dám biết đến bệnh tình của ông. Thần chết đang lảng vảng trước cửa đợi giờ vào mà "đương sự" vẫn chống cự như chơi trò hú tim!

Sau một buổi họp gia đình có đủ mặt bà con và cũng làm theo lời bác sĩ, ông được đưa vào nhà thương chiếu điện. Các bác sĩ nghiên cứu bệnh tình ông cùng đồng ý phải chở vào Saigon mổ vì ông bị lao xương và một khớp xương ống chân đã bị mục rồi, cần phải thay miếng xương khác vào.

Hay tin ấy các ông "anh họ" lang ngoại khoa, châm cứu, các bà đồng, đều tiếc ngẩn cả người! Họ cứ tưởng rằng cái cây tiền còn đứng vững được ít lâu để họ tha hồ hái, rồi mai đây bệnh nhân có mệnh hệ thế nào đã có chữ số mệnh làm bình phong, tiền họ cứ bỏ túi là được rồi. Nhưng bây giờ bệnh nhân phải dời đi họ đành phải "rút lui có trật tự", và khi từ giã mỗi người đều có một phong bao gọi là để tạ ơn thầy, tạ cái ơn thầy đã giày vò con bệnh, làm cho con bệnh điêu đứng khổ sở chết đi sống lại bao phen!

Nhưng dù không thể chữa lành được bệnh, điều này đã biết trước rồi, họ cũng đã thành công một phương diện khác. Chỉ với một vài thứ lá cây không tên, một ít tàn nhang nước thải họ đã làm tiêu tán được cả một số tiền bán tòa nhà thờ lớn của ba Trang ở nhà quê, và trong khi ấy họ vẫn được tiếng là phúc đức cứu nhân độ thế, vì họ chữa bệnh không cần lấy tiền công bao giờ! Và mai đây nếu có ai hỏi họ sẽ trả lời: "Ấy, chỉ tại ông cụ không chịu theo thuốc tôi, cho đến phút cuối cùng." v.v... và v.v...!

Ngày ba Trang được chở vào Saigon cô Tư không đi theo, cô xin ở lại dưỡng thai vì đã gần ngày đẻ. Sự thực cô nghĩ chẳng dại gì theo ông vào nhà thương để ngày ngày chỉ độc có một việc ngồi đối diện với một người ốm mê man, nhất là phải phục dịch những việc không sạch sẽ lắm!

Bấy giờ cô mới thấy là cô dại. Trước kia, khi nhận lời lấy ba Trang, cô cứ tưởng là mình đã đánh một trận đại thắng như quân Đức vào được Ba Lê, tưởng cứ ở lỳ đấy để hưởng sự khoái lạc vật chất từ đời cha đến đời con cháu chắt chiu, ăn hoài không hết! Cô nghĩ rằng với cái tuổi đã sồn sồn của cô, lại đèo thêm một đứa con riêng cao đến mang tai cô rồi, thanh niên trẻ trung ai người ta chịu cưới, bằng trang lứa thì ai cũng có gia đình vợ con đàng hoàng hạnh phúc ra phết. Kể ra cũng có người muốn chiếm cô lắm, nhưng vợ con họ ngồi sờ sờ ra đấy, cô tài giỏi cách gì cũng không thể nào qua mặt được các bà, có khi các bà còn "cao tay ấn" đáng làm thầy cô nữa là khác! Vì thế ngắm đi ngắm lại trong đám ngũ, lục tuần, chỉ có ba Trang là xuất sắc hơn cả.

Dù nhiều tuổi nhưng người ông trông rất trẻ, lại có cái vẻ tuấn tú, cái phong độ rất dễ chinh phục đàn bà, lại là Giám Đốc một cơ quan chánh phủ. Vợ ông ăn chay niệm Phật từ bi hiền lành đến nỗi ai than khóc cũng tìm cách giúp đỡ, ai không có tiền thì đi mượn giùm, xong lại phải trả nợ thay cho họ để khỏi bị chủ nợ chửi, còn đối với đám người quịt nợ kia thì bà chỉ niệm Phật mà trừ!

Hừ nếu vào tay cô thì phải biết nhé! Cả tổ tiên dòng họ, mồ mả ông bà nhà con nợ đều được cô "van vái" mời ra xem cách cô đòi!

Cô đã có một chương trình rõ ràng. Này nhé, vợ già ông sẽ phải bỏ xó để âu yếm một mình cô thôi. Về phần tài chính dần dần cô sẽ nắm hết, cố nhiên là khi ông đã làm "tù binh" của cô rồi thì bảo gì chẳng nghe! Con cái ông dù đông bao nhiêu cô cũng không sợ. Tất cả đều ở riêng cả rồi. Của chìm sờ sờ ra đấy không sứt mẻ được, nhưng của nổi, ông còn kiếm ra được đồng nào sẽ vào tay cô hết, đến ma xó cũng không hay!

Nào có ai ngờ cô mới về nhà chồng, mới từ giã cái lò bánh nóng rực làm cô nám da bỏng thịt mấy năm nay chưa được bao lâu, thì ông cụ chồng bỗng lăn đùng ra ốm, ốm điêu ốm đứng, ốm khổ ốm sở, ốm làm cho cô phát chán phát ngấy. Cô về với ông vì sự tính toán lợi hại, ăn ở mấy tháng chưa sinh ra được nghĩa nặng tình sâu gì cả, những sự sung sướng của xác thịt cũng như tinh thần cô chưa được thỏa mãn, làm sao cô cam tâm chịu sống trong phòng bệnh như thế này được. Càng nghĩ càng ngán lên đến cổ, tưởng là ngựa được sổng chuồng, hóa ra lại bị cột đến hai lần cương!

***

Vào đến Saigon, Dung tìm được một người tạm thời săn sóc ba Trang trong lúc cô Tư vắng mặt. Cô này là một nàng hầu cũ của ông. Trước kia cô ngán cái mùi mồ hôi ông già nặng mùi mà cô lại không "cao tay ấn" nên chẳng xoay xở được cái "sự nghiệp" gì, cô tự động xin về lấy chồng khác. Người chồng cô không biết hiện nay ở đâu, chỉ thấy cô xin săn sóc ông vì "tình xưa nghĩa cũ".

Nếu ở đời có cái sự "khôn ba năm dại một giờ" là một thất bại nặng nề thì "dại ba năm khôn một giờ" như cô cũng vớt vát còn kịp chán! Chỉ trong mấy ngày cô đã "thành công rực rỡ" sau một buổi thỏ thẻ:

- Cụ xem, các anh chị khôn lớn cả rồi, ai cũng đã có gia đình, ai cũng phải làm việc để sống. Cụ bà thì già yếu và cũng cần có người hầu hạ, làm sao săn sóc cụ được. Cụ để em lo quán xuyến tất cả mọi việc trong ngoài cho cụ. Nhưng nhà cửa bây giờ khó khăn lắm, cụ đang đau ốm ở chung với ai cũng bất tiện. Em có người bà con có gian nhà muốn sang lại. Nhà ấy đáng giá một trăm ngàn nhưng họ cần tiền gấp nên chỉ sang có bảy chục ngàn thôi. Nếu mình không lợi dụng cơ hội sang ngay bỏ mất thì uổng quá! Bây giờ cụ còn ở nhà thương, ta cho thuê để lấy tiền nhà tiêu dùng, lúc cụ lành mạnh ra khỏi nhà thương là có nhà ở ngay, có nơi ăn chốn ở đàng hoàng để tỉnh dưỡng. Cụ nghe em nói có phải không?

Ba Trang cảm động vô cùng. Thực là những lời chí tình chí lý! Ông lấy gói bạc ra đếm đúng bảy chục ngàn đưa cho cô. Đấy là số tiền bà vừa bán cái nhà cuối cùng trong Thành Nội, bà giao cho ông để trả tiền nhà thương và tiền phí tổn thuốc men.

Ông được cô chiều chuộng săn sóc ít lâu thì bỗng nhiên đất bằng nổi sóng. Cô Tư đẻ xong bế con vào nhà thương đùng đùng đánh ghen. Cô vò đầu bứt tai, cô rên rỉ trách móc ông:

- Đồ bạc tình, đồ có mới nới cũ. Chỉ xa có hai tháng đã rước một con đĩ khác về...

Ba Trang trong hoàn cảnh toàn thân thể bị gói trong một gói bột cứng, ông đã mất hết tự do cử động, chỉ còn cái miệng để phân trần. Ông dỗ dành cô, hôn thằng bé, thề thốt hứa hẹn, giải thích đủ cả để cô bớt giận.

Trong khi cô Tư "đại náo" phòng ông, cô em lẳng lặng xách gói ra đi. Cô đi không ân hận một chút nào vì đã có bảy chục ngàn lót tay. Cô, với cả số tiền, ra đi như một chiến sĩ anh dũng ra sa trường: không thèm hẹn ngày về!

Cô Tư đã lấy lại được địa vị cũ, nhưng cô không phải ở lại săn sóc ông vì cô có lý do bận con, chỉ vài ngày vào nhà thương thăm một lần. Cuộc săn sóc sắp theo "chiến thuật trường kỳ", các con cháu thay phiên nhau mỗi người vào một ngày với ông. Các bác sĩ cũng đem hết tài năng ra nghiên cứu bệnh tình của ông.

Trong người ông bây giờ không còn "nguyên chất" nữa. Dòng máu tuần hoàn trong cơ thể một nửa là máu của ai không biết, có thể là của những người hảo tâm ở tận góc bể chân trời nào. Đầu gối của ông được thay bằng xương của người khác, một cái xương sau cổ ông cũng được đổi mới, lại còn một ít "nhau" của bà nào đó cũng được nhét vào dưới lớp da ông.

Người ta dùng tất cả mọi phương pháp khoa học đương thời để cứu vãn một sinh mệnh, mặc dầu sinh mệnh ấy nếu được cứu vãn cũng chỉ còn sống những ngày chờ "tính lại sổ đời".

Nhưng dù đã cố hết sức, không ai chống cự được với tử thần. Các bác sĩ trứ danh cúi đầu trước chứng bệnh ngặt nghèo, bệnh nhân cúi đầu trước thần chết, con cháu và "những" vị vong nhân cúi đầu trước linh sàng.

***

Sau khi người chết đã được mồ yên mả đẹp, người sống trở về quây quần nhắc nhở đến những tính hay nết tốt của người xưa. Kẻ khuất mặt được ca tụng rất nhiều, nhiều như những nến, trướng, liễn, vòng hoa cườm, và câu đối của thân bằng quyến thuộc phúng viếng. Tất cả đều là những món rất đắt tiền mà người ta đã bỏ ra một cách hoan hỉ, vì suốt đời chỉ có một lần mà! Số tiền ấy khi bệnh nhân còn sống giá họ chỉ dùng một phần trăm, hay phần nghìn thôi để mua chút ít hoa quả đi thăm người ốm, họ cũng còn phải đắn đo suy nghĩ chán chê.

Căn nhà bây giờ vách tường treo đầy cả trướng liễn và vòng hoa, treo đến tận nóc nhà. Hai cây nến lớn thắp suốt ngày đêm trên bàn thờ, vì không thắp như thế thì biết để làm gì cho hết được! Người sống, với cái đau thương khóc lóc ồ ạt kêu gào, kể lể, ra về hết cả rồi, yên ngủ rồi, hai ngọn nến bạch lạp để rơi những giọt lệ âm thầm lặng lẽ khóc tiếp...

Chương 12.
Lại khăn gói gió đưa

Đi làm về, Trang đưa cho mẹ một phong bì bảo:

- Mẹ, đây là năm trăm của ông chủ con gởi phúng. Ông nói không biết mua gì...

Mẹ Trang lập cập cầm phong bì nói giọng cảm động:

- Thế à! Quí hóa quá. Thảo nào hôm nay mẹ máy mắt ghê quá. Mẹ đoán chắc là sẽ phát tài!

Bà cất tiếng gọi to:

- Dì Tư ơi, dì Tư, lên đây tôi nói cái này!

Cô Tư chạy lên, hai người đàn bà cùng nhìn nhau cười rất tự nhiên.

Trang thấy lần đầu tiên mẹ và cô Tư có vẻ thân ái với nhau như thế. Phải, khi mục tiêu tranh đấu đã mất, hai kẻ tình địch quay lại bắt tay nhau thân ái. Giờ đây không ai còn nhớ đến ông già gầy gò đau ốm trên giường bệnh nữa, họ chỉ nhìn thấy trên bàn thờ tấm ảnh bán thân người đàn ông đẹp trai khỏe mạnh, đáng yêu đáng kính mà không ai còn có thể chiếm đoạt tranh giành riêng cho mình!

Tất cả những điều quấy, lỗi lầm của người chết họ quên hết. Họ hòa hợp và cùng chung một ý nguyện, cầu cho linh hồn người chết siêu sinh. Lúc xưa còn là hai kẻ tình địch họ rất muốn dấn đối phương vào tuyệt lộ, nhưng bây giờ như hai tín đồ cùng thờ phụng một tôn giáo, họ là kẻ đã cùng yêu một người, họ tha thứ cho nhau và thi nhau kể lể vạch rõ những điều hay nết tốt của người yêu.

Trang giở xách lấy ra một gói đưa cho mẹ:

- Còn cái này con mua cho me.

Mẹ Trang ngạc nhiên:

- Thuốc? Me có đau ốm gì đâu mà phải uống thuốc.

Trang mỉm cười lắc đầu:

- Thuốc bổ đấy me ạ. Me yếu lắm lại gầy chỉ còn da bọc lấy xương thế kia, me cũng phải gắng tẩm bổ và giữ gìn sức khỏe mới được!

Mẹ Trang cảm động cầm lấy gói thuốc. Đã lâu lắm rồi, bà đã quên hẳn bà cũng cần giữ gìn sức khỏe. Trong suốt một đời bà đã tranh đấu rất nhiều, tranh đấu vì danh, vì lợi, vì tình. Rốt cuộc danh chỉ là hư danh, lợi bất cập hại, tình hão huyền...

Bà đã quên mất sinh mệnh mới là mục tiêu chính, mà khi biết quý, tán gia bại sản để tranh đấu thì đã muộn rồi!

Giờ đây ai cũng tha thứ cho người đã khuất, tha thứ cho nhau, nhưng không còn vớt vát gì được nữa!

Trong chốc lát Trang chợt hiểu. Ừ nhỉ, sao mẹ không dìu dắt những phút ba lãng quên gia đình, góp nhặt những bông hoa dại bên đường. Mẹ thực khó hiểu, lúc nào cũng giúp cho ba thành công để rồi âm thầm tủi hờn!

Còn ba, sao ba không hiểu mẹ vì buồn phiền nên tiêu cực đến nỗi cạo đầu ăn chay. Chính ba đã xao lãng tình yêu, xô đẩy mẹ vào con đường tu hành, chỉ biết có Trời Phật ở tận đâu đâu. Đáng lẽ ba phải giữ mẹ lại cho mình mới phải!

Luật đào thải của thời gian không từ bỏ một ai, ba đã biết tiến theo thời đại, biết thưởng thức những sự cải cách văn minh, biết thay đổi khiếu thẩm mỹ mà sao không dắt tay mẹ cùng tiến. Chính ba đã ích kỷ muốn hưởng thú vui một mình, mặc mẹ lạc lõng bơ vơ trong xã hội mới với cái quan niệm việc đời của thế kỷ trước. Mỗi người đi về một phía cực đoan đến nỗi gây ra tan rã để tủi hờn cho mình và các con, để cho cuộc sống lúc về già thành đau khổ quạnh hiu!

Mẹ Trang nhìn lên bàn thờ một lúc ngập ngừng hỏi Trang:

- Căn nhà này mẹ định để cho dì Tư ở nuôi con. Hết tuần kinh siêu độ mẹ tụng cầu nguyện cho ba rồi mẹ con mình dọn đi nơi khác. Đi đâu bây giờ con nhỉ?

Trang nắm bàn tay xương xẩu của mẹ vuốt ve mỉm cười:

- Mẹ đừng lo. Thuê đâu chẳng có. Con đã bắt đầu đi hỏi mấy nơi rồi.

Cô Tư vội vàng:

- Cụ đừng đi đâu cả cứ ở đây với em cho vui. Nhà cửa tiền bạc đối với em bây giờ không còn nghĩa lý gì nữa! Cụ muốn cho thì cho, không cho em cũng chẳng tranh giành được nào! Em sẽ buôn bán lại, cố nuôi thằng út cho khôn lớn nên người. Mình chịu khó làm lụng chẳng bao giờ đói. Cụ cứ để cho em ở chung, em bây giờ sợ cô đơn lắm!

Trang ngạc nhiên lạ lùng. Nàng không ngờ cô Tư lại nói ra được những lời như thế. Mặc dầu Trang biết là nay mai mẹ và mình sẽ đi nơi khác và nàng cũng biết là cô Tư nói theo phép xã giao nghe cho hay, nhưng cứ muốn nghĩ là cô thành thực để được ấm lòng, để tri ân đấng tạo hóa sanh ra con người tận thiện tận mỹ.

Giờ đây, mẹ và cô Tư đều biết mục đích chân chính là được sống trong hạnh phúc thương yêu.

Và chính Trang cũng biết thế nhưng nàng không dám tin rằng mình sẽ hưởng được toàn vẹn sự hiểu biết của mình.

Mẹ Trang nói tiếp:

- Mẹ thích ở chùa hơn. Bây giờ ba mất rồi, mẹ có thể ở hẳn trong chùa không còn vướng bận gì việc đời nữa. Ở chùa yên ổn tĩnh mịch, mẹ có thể tu tâm dưỡng tánh. Con đừng lo nghĩ gì cho mẹ cả, mẹ ở chùa vui cảnh chùa, ở thành phố mẹ mệt lắm. Con cứ lo phận con êm đẹp là mẹ yên tâm.

Bà chợt nhớ ra:

- À, con này, lúc nãy bà Vân có đến tìm con để thư gì lại trên bàn cho con, dặn mẹ phải đưa tận tay. Còn một bức thư nữa chắc là của cha con Mỹ.

Trang nhận thư, xé thư Vân ra đọc trước. Vân là người bạn gái thân nhất mà Trang vẫn yêu mến kính trọng như một người chị.

Bức thư chỉ có mấy dòng:

"Tri kỷ ơi!

Mình đến mà sao dám đi vắng? Nghe nói có đứa đang đi tìm một mái nhà. Sao lại đi tìm tận đâu đâu, núi Thái Sơn sờ sờ ngay trước mắt. Xách va li bồng bế con đến nhà mình ở tạm... vĩnh viễn!

Lệnh truyền đấy!

Vân."

Trang thấy say sưa tràn ngập trong sung sướng. Đối với Trang không lúc nào cuộc đời tươi sáng và dễ thương như lúc này. Trang đã quên nghĩ đến ngoài những cái tình trói buộc trong ích kỷ, tình lợi dụng, tình xô đẩy vào vòng xâu xé, ám hại nhau cũng còn một thứ tình khác: tình bạn. Tình bạn thiêng liêng không vụ lợi, không tranh giành, không ích kỷ, ganh tị...

Trang thấy mình đã là một đứa con cưng của Thượng Đế mà không biết! Nàng đã được thứ tình dù có cả một kho tàng cũng không thể nào đánh đổi được.

Bức thư thứ hai đúng là của Bình. Trang không cần đọc cũng biết thư viết gì. Trong những năm tháng xa nhau Bình đã gửi đều đều cho Trang mỗi tuần lễ hai bức thư như thế. Bình, con người mặc dầu không biết tán tỉnh hoạt bát và văn tài của anh dù "yên sĩ" có lên đến độ cao nhất cũng không bao giờ đủ hứng để viết thành một truyện ngắn truyện dài nào, nhưng anh đã có đủ kiên nhẫn và nhất là "thiện chí" để viết một mạch cả trăm bức thư tình cho... vợ mà không chán thì cũng phục thật! Nhớ đến câu cách ngôn "Muốn sống sung sướng, sống ẩn dật", Trang nghĩ thầm biết đâu Bình đã chẳng lĩnh hội được cái "triết lý cao siêu" ấy mà mình không ngờ!

Mỹ thấy Trang về chạy đến ôm chầm lấy chân mẹ đòi bức thư:

- Me, cho con thư ba!

Trang đưa bức thư còn nguyên phong cho con dặn:

- Cho con chơi nhưng cấm không được xé ra nghe không!

Mỹ cầm thư cha vui mừng nhảy tung tăng đi khoe với mọi người:

- Em có thư, em có thư!

Trang nhìn theo con như cố tìm can đảm để phấn đấu, để chịu đựng những thử thách của một cuộc phiêu lưu sắp tới nay mai...

Linh Bảo

Viết xong 1957

www.ingramcontent.com/pod-product-compliance
Lightning Source LLC
LaVergne TN
LVHW040438051026
849517LV00002B/667